இடைவெளிகளின் எதிரொலி

(கவிதைகள்)

எஸ். சண்முகம்

நன்னூல்
பதிப்பகம்

மணலி-610203
திருத்துறைப்பூண்டி

இடைவெளிகளின் எதிரொலி

நூலாசிரியர்: **எஸ். சண்முகம்** ©
முதல் பதிப்பு: டிசம்பர்-2021
பக்கங்கள்: 208

வெளியீடு:
நன்னூல் பதிப்பகம்
தொடர்பு எண்: 99436 24956
மணலி, திருத்துறைப்பூண்டி - 610 203
nannoolpathippagam@gmail.com

விற்பனை உரிமை:
தமிழ்வெளி
#1, பாரதிதாசன் தெரு, சீனிவாசா நகர்,
மலையம்பாக்கம், சென்னை - 600 122.
அலைபேசி: +91 9094005600
விலை ரூ.220

IDAIVELIGALIN EDHIROLI

Author: **S. Shanmugam** ©
First Edition: December-2021
Pages: **208**
ISBN 978-81-955286-9-1
Published by:
Nannool Pathippagam
Contact No. 99436 24956
Manali, Thiruthuraipoondi - 610203
nannoolpathippagam@gmail.com

Sales Rights:
Tamilveli
#1, Bharathidasan Street,
Srinivasa Nagar, Malayambakkam,
Chennai-600 122
Mobile: +91 9094005600

Price: ₹ **220**

அட்டை வடிவமைப்பு: லார்க் பாஸ்கரன்
உள்பக்க வடிவமைப்பு: சு. கதிரவன்

Printed at : Adyar Student Xerox, Chennai - 1.

பதிப்புரை

எதிரொலித்தலில் இடைநிற்கும் கவித்துவத்தின் பண்பாக்கம்

சண்முகத்தின் புதிய கவிதைத் தொகுப்பு இது. வழமையாக சண்முகம் கைக்கொள்ளும் தன்மை, முன்னிலை பிரிவு இந்தக் கவிதைகளுக்கும் உள்ளது. ஆனால் இதன் பண்பு வேறொரு பரிணாமம் எடுக்கிறது. ஞானக்கூத்தன் மரபின் சாயலும் நவீன கவிதையின் மாதிரியும் இணைந்த ஒரு பாதையாக இந்தக் கவிதைக்கான பண்புநிலை தென்படுகிறது.

தன்மை, முன்னிலையின் உருவாக்கத்தை இந்தக் கவிதைத் தொகுப்பில் ஆளுமைகளின் தேர்வு போல் சண்முகம் பயன்படுத்துகிறார்.

குறிப்பாக,

யாரிடமிருந்து கற்ற பழக்கமோ
அடிக்கடி பின்னால் திரும்பிப் பார்ப்பது
யாருமில்லை என்றாலும்
மறுபடியும் திரும்பிப் பார்ப்பது

ஆனாலும் திரும்பும் முன்
பின்னால் பேசும் சத்தம் கேட்கவே செய்கிறது
திரும்பலாமா வேண்டாமா என யோசித்தாலும்
எனக்கு முன்புறம் நிழலேதும் விழவில்லை

வேராகவும், விழுதாகவும்
என்னைத் தாங்கிக்
கொண்டிருக்கிற
என் அன்புத் துணைவி
எஸ். பாரதிக்கு...

இந்தக் கவிதையில் தானும் பிறன்மையும் நிகழ்த்தும் நிழலாட்டம் கவிதைக்குள்ளிருந்து வெளிவந்து விடுகிற ஆளுமைகளின் கூற்று போல் ஒலிக்கிறது. கவிதைக்குள் உரையாடும் தான், நிழலான பிறன்மையுடன் கொண்டிருக்கும் பரிமாற்றம்தான் கவிதையின் பொருளை அழுத்திச் சொல்லிவிடுகிறது.

முன்னுரையில் சகதேவன் அவர்கள் சொன்னது போல சண்முகம் ஒரு நகரக் கவி. சண்முகம் உருவாக்கும் பிம்பங்கள் நகரத்தின் பொருட்படுத்தாத தன்மையை உள்ளார்ந்து கொண்டிருப்பவையாக இருப்பதைப் பெரும் பாலும் எதிர்கொள்ள நேரிடும் கவிதைகளாகப் பலவும் இந்தத் தொகுப்பில் இருக்கின்றன.

ஆயாசமான வாழ்வின் போக்கை எந்தக் கவிச் சொல்லும் தீர்மானிக்க முடிவதில்லை என்பதை தன்னுணர்வின் வலியாகக் கதை சொல்லல் போல் சில கவிதைகளில் யாத்திருக்கிறார் சண்முகம்.

இந்தக் கவித்தைத் தொகுப்பின் பல கவிதைகளில் அவைத் தாங்கி நிற்கும் பொருளும் அவற்றின் உண்மையும் அவை மறைத்திருக்கும் சூழலும் வாசிப்பில் ஒவ்வொரு படிநிலையுடன் வெளிப்படுகிறது.

எளிமையாக ஒரு கவிதை மனதை எட்டிப் பிடித்து விடக்கூடிய கவிதைகளை இந்தக் கவிதைத் தொகுப்பில் சண்முகம் எழுதியிருக்கிறார். பெரும் பிரயத்தனங்கள் இன்றி இவற்றை வாசித்து நகர்ந்தாலும் அவற்றின் தாக்கம் எதிரொலித்துக் கொண்டுதான் இருக்கும்...

அழகியலின் ஒளியைக் கவிதைக்குள் கடத்திக் கொண்டு வருவது போன்ற எத்தனிப்பும் ஆரவாரமற்ற மொழியில் அதனைப் புகுத்தும் போக்கும் இந்தக் கவிதைத் தொகுப்பை வாசிக்கும் வாசகர்களுக்கு பெரும் இன்பத்தை நல்குவதாக அமையும் என்பதில் சந்தேகமில்லை...

18 டிசம்பர், 2021

மணலி அப்துல்காதர்
நன்னூல் பதிப்பகம்

வாழ்த்துரை

முழுமையெனும் சாபம்: எஸ்.சண்முகம் கவிப்பாதையின் புதிய காட்சிகள்

"ஏத மறந்தாலும் 'தம்ரூட் அல்வா'வை மட்டும் மறந்தராதீங்க.."

என்பது சண்முகத்திடம் நான் சொல்வது வழக்கமாக இருந்தது. எண்பதுகளின் பிற்பகுதியான அந்தக்காலத்தில் செல்பேசி கிடையாது. எங்கள் வீட்டில் தொலைபேசியும் கிடையாது.. ஒரு வேளை கடிதம் மூலமாகத்தான் நான் அதைச் சொல்லியிருக்க வேண்டும். எப்போதாவது நினைத்தபோது சென்னையிலிருந்து பெங்களூருக்கு வருவார். இலக்கியப்பேச்சுகள் குறைவு.. இலக்கிய வம்பு களும் அதிகமில்லை.. சும்மா.. கூடியிருப்பது சுகம்.. பெரியவன் ஓடியாடுவான். சின்னவன் நடை பழகிக் கொண்டிருந்தான்.. கோரமங்கலா லட்சுமிதேவி பூங்காவின் எந்த மரமும் தோளுக்கு மேலில்லை.. அவற்றில் உட்காரக் கூட பறவைகள் வந்து கொண்டிருந்தன.

ஞாயிறுகளின் புலால் உணவுக்குப்பின் சாப்பிடும்போது தான் 'தம்ரூட் அலவா'வின் சுவை அதிகமாக இருக்கும். குடும்ப முழுமைக்கும் பிடித்தமான பண்டமாக அது மாறிப்போனது.. சண்முகத்தின் ஆளுமையின் பல

பக்கங்களில் இசுலாமியம் தொற்றிக்கொண்டிருந்ததனால் இந்தப் பண்டமும் அது வழியாக வந்திருக்கிறது.. ராயப் பேட்டை (ஜாம்பஜார்) ஏரியாவில் மட்டுமே கிடைக்கும் தனித்த ருசி கொண்ட பண்டம் அது.. தனித்த ருசி என்பது தனித்த பண்புகளும் தான்.பண்டத்தில் மட்டுமென்ன? எல்லாவற்றிலும் தானே தனித்தன்மையைத் தேடுகிறோம்? தேடுகிற தனித்தன்மை கிடைக்காமல் போய்விட்டால் நமக்கான தனித்தன்மையை உருவாக்கிக் கொள்கிறோம்.. இதில் கவிதை மட்டும் விதிவிலக்காகிப் போய் விடுமா?

அந்தக் காலப்பகுதியிலேயே சண்முகம் தனது கவிதைத் தொகுப்புகளான 'ஒரு பழைய கதவு' – 'பொம்மை அறை'யை வெளியிட்டிருந்தார். 'எழுத்துக்கவிஞர்களும், 'வானம்பாடி'களும் ஓய்ந்து போயிருந்தார்கள். ஞானக்கூத்தன் புதிய இலக்குகளைத் தேடிக்கொண்டிருந்தார். கலாப்ரியா தேடும் 'சசி' யின் முந்தானை நீண்டு போய்க்கொண்டிருந்தது. பழமலையின் 'சூத்திர வானம்' மெதுவாக விரிந்து கொண்டிருந்தது.. நகரத்துப் பையனான சண்முகம் இவற்றுக்கு எதிராகப் போட்ட நீச்சலாகவே அவரது கவிதை முயற்சிகள் இருந்தன. எந்தக் காற்றும் உட்புக முடியாத சொல் நெருக்கமும், இன்னதென்று சொல்ல முடியாத பொருள் இருண்மையும் அவர் கவிதைகளோடு என்னை ஒட்ட முடியாமல் செய்திருந்தன. எமது உள்ளூர் கவிஞர்கள் கோபால கிருஷ்ண அடிகா, சிவருத்ரப்பா, கே.எஸ். நரசிம்மசாமி ஆகியோர் மிக எளிமையான சொற்களைக் கொண்டு எழுப்பிய கவிதை அனுபவங்கள் தமிழ்க் கவிஞர்களின் மீது ஒரு எரிச்சலையும் எழுப்பியதாகச் சொல்லலாம்.

ஆனால் கவிதை மட்டுமல்ல எந்த இலக்கியப்படைப்பும் தனது போக்கில் புதிய புதிய ஆச்சரியங்களை உருவாக்கிக் கொண்டே தான் செல்கிறது.. இராமாயணக்கதையை அவ்வளவு விரிவாக அறிந்திருந்த கம்பன் தனது முன்னோரின் சங்கப்பாடல்களையும், சிலப்பதிகாரம், மணிமேகலை காப்பியச் சிந்தனைகளையும் அறியாமலா இருந்திருப்பான்? அப்படி அறிந்திருந்த பிறகும் ஏன் தனது

பாத்திரங்களை லட்சியப்பாத்திரங்களாகவும், அவர்களைச் சித்தரிக்க வெண்பாவையும் தேர்ந்தெடுத்தான்? அப்படித் தேர்ந்தெடுத்த போதும், 'கருமுமது... தருமுமது' என்றும், 'தாய் தன்னை அறியாத கன்றில்லை'..என்றும் .. எப்போதும் மாறாத அம்சங்களைக் கவனத்தில் கொண்டு தானே இருந்தான்?

எவ்வளவு தான் மேன்மையானதாக இருந்தாலும் செவ்வியல் இலக்கியங்களை விட எதிர்ப்பிலக்கியங்கள் தான் உடனடியான கவனத்தைப் பெறுகின்றன. ஆனால் அவற்றில் தென்படும் எதிர்ப்புகள் ஒரு வாயிலாகவே தான் இருக்கின்றன, அப்படித்தான் அவை கருதப்பட வேண்டும். சித்தர்களில் சிவவாக்கியர் இதைத் தெளிவாகக் காண்பிக்கிறார்.. 'எனக்குள் என்ன இருக்கிறது என்று என்னால் தெளிவாக அறிந்து கொள்ள முடியவில்லை.. அப்படியே நான் அறிந்து கொண்டாலும் நான் அறிந்த முறையிலேயே பிறர் என்னை அறிந்து கொள்வது சாத்தியமா? எனக்குள் போய்ப்போய்த்தானே என்னை நான் அறிந்து கொள்கிறேன்?'

ஒரு சபையினில் எடுத்துச் சொல்ல முடியாத படிக்கு வார்த்தைகளைப் போடும் சித்தர்கள் தான் இப்படிப்பட்ட உண்மைகளையும் எடுத்துச் சொல்கிறார்கள்..

தமிழ்க்கவிதை மரபு இத்தகைய உள் முரண்களைக் கொண்டதாக இருந்திருக்கிறது.. இந்த உள் முரண்கள் கவிதையாக்கத்தின் பகுதிகளேயொழிய கவிஞன் வலிந்து வெளிப்படுத்தும் ஆளுமை முரண்பாடுகள் அல்ல.. கற்பனா ரீதியாகவும், படைப்பு முறையிலும் பல கட்டங்களைக் கடந்து செல்லும்போது எல்லாக்கலைஞர்களுக்கும் நிகழ்கிறவைகளே இவைகள். சண்முகமும் இதற்கு விதிவிலக்கல்ல..

சண்முகம் ஒரு நகரக்கவி.. உழைக்கும் வர்க்கமும் அல்லாத, மேட்டுக்குடியும் அல்லாத ஒரு நகரப்பகுதியில் பிறந்து அங்கேயே இன்று வரை வாழ்ந்து வருபவர்.. அரசியல் நிலையிலும், பண்பாட்டு நிலையிலும் சித்தாந்

தங்கள் தோன்றி மறைந்ததற்குச் சாட்சியாக இருந்தவர்.. மொழிவழித் தேசியம், இனவழித்தேசியம் என்பவற்றிற்குத் தனதேயான புரிதலைக் கொண்டிருப்பவர்.. இவரது இளமையும், தொழில் வாழ்வும் வசீகரங்கள் நிறைந்தவையாக இருந்திருக்கவில்லை.. இயற்கையைக் கொஞ்சிக் கொண்டிருக் கவும், மனோவியங்களில் தோய்ந்து போகவும் இவருக்கு வாய்ப்புகள் குறைவாகவே இருந்திருக்கின்றன.. இவரது படைப்பு நெறிப்பாடு இப்படித்தான் புரிந்து கொள்ளப்பட வேண்டும்..

சண்முகத்தின் ஆரம்பகாலக் கவிதைகள் படிமங்களின் பேயாட்டமாக இருந்தன. கவிதையில் அவர் கையாளும் படிமங்களைப் பற்றிக்கொண்டு தொடர்ந்து போகும்போது அவை தர்க்க ரீதியான முடிவுகளைக் கொண்டிராமல் இடையிலேயே ஒடிந்து போகும் தன்மையுடையவையாக இருந்தன.. ஒரு நீண்ட இடைவெளிக்குப் பிறகு எழுதத் தொடங்கிய கவிதைகளில் இது மாறித் தெரிந்தது.. அதற்குள் ‘கவிதை தான் எனக்குகந்த ஊடகம்’ என்று சண்முகம் சொல்லவும் தொடங்கியிருந்தார்.. இதற்காக அவர் தன்னைத் தயார்படுத்திக்கொண்டபோது இரண்டு விஷயங்களை நாம் கவனத்தில் கொண்டிருக்க வேண்டும். ஒன்று மொழியில் சோதனைகள்.. இரண்டு சார்பிலா வாழ்க்கை நோக்கு.. மொழியில் சோதனைகள் என்பது அவரது தீவிரமான, ஆழமான, பரந்து பட்ட வாசிப்பின் காரணமாக இயல்பாகவே அவருக்கு வந்து சேர்ந்திருந்தது.. அவரது கட்டுரைகளில் அது வெளிப்பட்டும் இருக்கிறது.. அவரது சமீபத்திய வெளியீடான ‘மொழியின் மறு புனைவு’ கட்டுரைத்தொகுப்பை இதற்குச் சான்றாகச் சொல்லலாம். சார்பிலா வாழ்க்கை நோக்கு ஒரு படைப்பாளிக்கு பெரும் சவால்களைத் தருவது.. யாரோ புனைந்து விட்டுப்போன சொல்லாக்கங்களோ, அமைத்து விட்டுப்போன வாழ்க்கை நோக்கையோ சுவீகரித்துக் கொள்ளாமல் தானே எல்லா வற்றையும் புதிதாகப் படைத்துக் கொள்ள வேண்டிய சவால் இது.. ஒரு வகையில் இது ஒரு போராட்டம் தான்.. அவரது கவிதை நெடுகிலும் இந்தப் போராட்டத்தின் அவசத்தைப் பார்க்கலாம்.

இந்த அவசத்தின் முக்கிய அம்சம் அப்போது கொடுக்கப்படும் பலிகள்..

இன்னும் எத்தனை ஒளியை விழுங்குவாய்
எதிரிடும் உனது தோற்றத்தின் பிரவாகத்தில்
எனது தோற்றத்தின் ஆடல் நிகழத் துவங்குகிறது
பின்னர் எனது ஒளிர்வினுள்
என்னைச் சமமாய்ப் பிளக்கிறாய்

அவரது சக்திக்கு இவை மிகப் பெரிய பலிகள் என்றாலும்,

நானோ உனது நாவின்
பேசாமையில் திளைக்கிறேன்

என்று அதை இன்பகரமானதாக, ரசிக்கத் தக்க ஒன்றாக மாற்ற முடிந்ததால் தான்

மையத்தினில் மெட்டவிழும்
நமது ஈர்ப்பின் பெருமலர்
அதன் இருவேறு வண்ணங்கள் சங்கமித்துக்
கரைய எத்தனிக்கின்றன
புறவெளியின் கோடழிக்க இருவரது உயிர்மூச்சும்
இசைவுடன் கை கோர்க்கின்றன

என்று ஒரு நிறைவான முடிவைத்தர முடிந்திருக்கிறது. தனி மனிதன் என்பதிலிருந்து துணையோடிருந்து போராடும் கணங்கள் இவை

ஒரு முயற்சியில் முடிந்து போகிற செயல்பாடாக இல்லாமல் மரணக்கிணற்றுக்குள் போகிற பயணம் மாதிரி மீண்டும் மீண்டும் நிகழ்கிறது இது.. பூரணமடையாத பாடல்களின்மீது தான் நாம் மிதந்தலைய முடிகிறது. உடைக்க முடியாத பிறரது (அல்லது பிறரைப் பற்றிய கனவுகள் தான் வசீகரம் கொண்டவையாக இருக்கின்றன. சூனியத்துக்குள் புகுந்து மீள்வது தொடர்ந்து நடந்தபடி இருக்கிறது. எல்லாமும் ஒரு துணையுடன் தான் நடக்கின்றன.

ஒன்றின் மீது ஒன்றாக நம் நிழல்கள்
எத்துணை சாந்தமாய் சாய்கின்றன
ஒரு துளி ஒளியாய்
அதில் நான் எவ்விடம் வீழ்வேன்

அண்டத்துள் சிதறிய ஒலியாய் உருவிழந்து விட்டேன்
அந்தகாரம் என்னைக் கவ்விக்கொண்டு வட்டமிடும்
விடுபடலின் அந்த ஒரு கணம் நீயெனப்புனைய
தன்னாழத்தில் நகர்வற்றிருக்கும் என் நெஞ்சம்

(எல்லாக்கவிதைகளும் 'ஈர்ப்பின் பெருமலர்' தொகுதியிலிருந்து எடுக்கப்பட்டவை)

எந்தக் கட்டத்திலும் விரக்தியையோ, சோர்வையோ காண்பிக்கவில்லையென்றாலும் தனது குடியிருப்புப் பகுதியின் மக்களோடு அவருக்கிருக்கும் உறவின் மாற்றங்களை அவர் உணரத் தவறவில்லை.. இதுவே அவரது படைப்பாக்கத்தின் உருசிதைவளர்ச்சியாகவும் ஆகி விடுகிறது..

காண விரும்பிய காட்சி
என்றுமே முழுமையாகக் காண வாய்த்ததில்லை

பெயரைச் சொல்லிக்கூப்பிடும்
அணுக்கமில்லாமல் போய்விட்டது
தெருவாழ்வு

('மறதியின் புகை நிறம்' தொகுப்பிலிருந்து)

இதைத் தாங்கிக்கொள்வதும், கடந்து செல்வதும் கடினம் தான். ஆனால் ஜலாலுத்தீன் ரூமி சொல்வதைப்போல 'அந்தகாரத்தின் ஆழ்குழியில் ஒருபோதும் விழமாட்டேன்' என்று தீர்மானமும் கொண்டிருக்கிறார்.

அதீதமான உணர்வுகளின் குவியலாகவோ, ஓங்கி ஒலிக்கும் இறுதி முடிவுகளைக் கொண்டதாகவோ இல்லாமலிருக்கிற சண்முகத்தின் கவிதைகள் எல்லா நாட்களையும் மலர்ச்சியுற்ற நாட்களாகவே பார்க்கின்றன.. பொய்த்தலின் நீங்கா வசீகரம் இருப்பினும் எந்தப் பொய் மானையும் தேடி ஓடாமலிருப்பவை அவை.. முதிர்வுற்ற இலைகளின்

நரம்புகளில் உறைந்திருக்கும் வாழ்வோட்டத்தை அறிவதி லேயே அவர் கவனம் இருக்கிறது.. எண்ணி முடியாத பக்கங்கள் அந்த உலரிலைகளில் உறைந்திருப்பதாகச் சொல்லும் அவர் எந்தப் பொழுதும் முற்றிலும் நிறைந்து விடுவதாகக் கருதுவதில்லை. இது அவரது கவிதைகள் உணர்த்தும் பொதுவான சந்தேசம்.. தனது இளமைக்கால நிகழ்ச்சிகளைச் சொல்லும்போதும், இப்போதும் தான் கடந்து போகிற நெடுஞ்சாலைகளையும், சந்திக்கிற மனிதர் களையும் குறிப்பிடும்போதும் வழக்கத்திலிருக்கிற, மிகவும் இயல்பாக வந்து அமைகிற மனநிலைகளிலிருந்து வேறு பட்டவையாக அவரது வெளிப்பாடு இருக்கிறது. கவிதை யில் எதிர்பார்க்கப்படும் பொதுவான அம்சங்களிலிருந்து விலகியே நிற்கும் இந்த வெளிப்பாடு அவரது முந்தைய தொகுதியான 'உலரிலைப்பக்களி'ல் தெளிவாகத் தெரிகிறது.

இந்தப் புதிய தொகுப்பு 'இடைவெளிகளின் எதிரொலி' அவரது கவிதைப் பயணத்தின் மேலுமொரு கட்டத்தைக் காண்பிக்கிறது. நூற்றுக்கும் மேற்பட்ட கவிதைகளைக் கொண்ட அவரது தொகுப்புகள் தொடர்ந்து வருவது அவரது அக்கறைகளின் தீவிரத்தை அழுத்திச் சொல்லலாம் அல்லது அவரது உருசிதை வளர்ச்சியின் ஒரு பாகமாகவும் அமையலாம்.

ஒரு தீவிர மறுபரிசீலனையில் நிகழ்வுகள் ஒவ் வொன்றுக்கும் தரவேண்டிய முக்கியத்துவம் கவிஞருக்குப் புரிகிறது. அது ஒற்றை இறகாக இருந்தாலும் இரவின் கருமையைப் போன்று துக்கத்தைத் தருவதாக இருக்கிறது தன்னிடமிருந்து வெளிப்படும் சொற்களும் உதிர்ந்த இறகு வெளிப்படுத்தும் இறகைப் போல துக்கத்தை வெளிக் கொணர்பவையாக இருப்பதால் அவற்றை எவ்வாறு விழிப்புணர்வோடு வெளிப்படுத்த வேண்டும் என்பதையும் கவனத்தில் கொள்கிறார். சொற்களில் ஆரம்பிப்பவை தானே எல்லா வீழ்ச்சிகளும்?

இதுவரை நேரிடையாக அனுபவித்துப் போனவற்றை மனத்தளவில் சேமித்து வைத்துக் கொள்ளவும், நிகழ்காலச் சூழலுக்குத் தகுந்த அளவில் அவற்றை மறு நிர்மாணம்

செய்து கொள்வதுமான கட்டத்தை அடைகிறது வாழ்வு.. இதை ஒரு மோன நிலை என்று சொல்வதை விட உணர்வு களின் பாதிப்பைத் தாங்கிக்கொள்வதற்குத் தன்னைத் தயார் செய்து கொள்ளும் முயற்சியாகவும் கொள்ளலாம். ‘ஸ்திதப் பிரக்ஞை’ யின் மாற்று வடிவமா இது?

மிக அதிகமாக சுமை ஏற்றப்பட்ட ஒரு சுமை ஊர்தியைப் போல நினைவுகளால் அமிழ்ந்து கிடக்கும் ஒரு மனதில் எல்லா ஸ்தூல வடிவங்களும் சூட்சும வடிவங்களாக மாறுவது தவிர்க்க முடியாததாக இருக்கிறது. ஓசைகளும் அடக்கம். தான் கரையில் நிற்கவில்லையென்றாலும் அலைகளின் ஓசையை முழுமையாகக் கேட்க முடிகிற நிலை இது. இது மனிதனுக்கு இயற்கை கொடுத்த வரம். இல்லையென்றால் இலக்கியம் என்ற ஒன்று பிறக்காமலே போயிருக்கும்.

இத்தொகுப்பு முழுவதும் தனிமொழிகளாகவும், உரை யாடல்களாகவும் இருக்கின்றன. தமிழ்மரபில் தனிமொழிக் காக சங்கப்பாடல்கள் எப்போதும் குறிப்பிடப்படுபவை.. வினை மீண்டு வரும் தலைமகன் தனது நெஞ்சிற்குச் சொல்லுவதாக அமையும் பாடல்களும், தன்னை விட்டுப்போன தலைவனை நினைந்து வருந்தும் தலைவி சொல்லுவதாக அமையும் பாடல்களும் காதல் என்னும் உணர்வையும் தாண்டி அமைபவை. கிட்டத்தட்ட ஒரு சங்க இலக்கியப் பாடலின் பண்புகளைக் கொண்டிருக்கும் கீழ்க்கண்ட பாடல். ஒரு மாற்றத்திற்காக இதை உரைநடை வடிவத்தில் பார்க்கலாம்

திறந்திருக்கும் சாளரத்தின் வழியே கேட்கும் பாடலின் பாதிவரியில் முழுநிலவின் அரைவட்டம் தென்பட, மீதமிருக்கும் சொற்களைக் கொண்டு பாடி முடிக்க வேண்டும் எதிரிலுள்ள சாளரத்து ஒற்றைச் சதுரத் திறப்பில் நினது எழுச்சிக்கான நொடிகள் நழுவியோட நிமிடங்கள் பதட்டப்பெருமூச்சின் எண்களாகிப் பெருக சில்லிடலுடன் நுழையும் வெளிக்காற்றினைத் துய்க்கும் எனக்கான நேரமிது. அப்பாடல் எனக்கு மட்டுமே கேட்பதாக எண்ணும் கற்பிதத்தை உதறியபின் முதல்பாதி பாடலுடனும்

சாளரத்து ஒற்றைச் சதுரத்துடனும், இன்று கிடைத்த அளவான நிலவுடனும் என் அறை இருக்கட்டும். வேண்டுமெனில் நீ அப்பாடலின் பிற்பாதியைக் கைக்கொள்ளலாம். அல்லது கைவிடலாம்.

சக மனிதனின் அல்லது மனுஷியின் உறவைப் பேணுவதும், புறக்கணிப்பதற்குமான தடுமாற்றத்திற்கிடையில் தனது நிலைப்பாட்டைத் துல்லியமாகத் தெரிவிக்கும் கவிதை இது. கவிதைக்குள் வாசகனின் வகிபாகத்தை உறுதி செய்வதாகவும் இருக்கிறது. தனிமொழிகள் எப்போதும் ஒவ்வாமையின் வெளிப்பாடுகளாகவே இருக்கின்றன. அதே சமயம் ஒரு மன அமைதிக்காக அந்த ஒவ்வாமையுடன் சமரசப்படுத்திக் கொள்ளுவதற்காகவும் இந்தத் தனிமொழி தேவைப்படுகிறது. ஒரு நீண்ட பயணத்திற்குப் பிறகு தான் வடிவ அளவில் இவரது கவிதைகளுக்கு ஒரு அசாதாரண எளிமை வந்தடைந்திருக்கிறது.. எளிமை வருகிறபோதே அதனோடு மெய்யியலும் வந்து விடுகிறது.. கேள்விகளுக்குள் கேள்விகள் உள்ளடங்கியிராமல் மெய்யியல் எப்படி வெளிப்படும்? உள்ளடங்கிய கேள்விகளுக்கு விடை தேடிப் போகிற போது நமது பாசாங்குச் சொரூபம் வெளிப்படுகிறது. பாசாங்குகளை வெளிப்படுத்துவது தானே மெய்யியலின் முதல் பணி? தனக்குள் பிறரையும், பிறரில் தன்னையும் வைத்துப் பார்ப்பது மெய்யியலுக்கு மட்டுமே சாத்தியப்படுகிறது. இது கீழ்க்கண்ட கவிதையில் மிகத் துல்லியமாக வெளிப்படுகிறது.

வண்ணங்கள் பூசிக்கொள்வது ஆதிகால மனிதனிலிருந்து இன்று வரை படிப்படியாக நிகழ்ந்து வருகிறது.. பாலினம், மதம், சாதி, வர்க்கம் என்ற பல வண்ணங்கள் மனிதனுக்கு நன்மைகளை விட தீமைகளையே அதிகம் தந்திருக்கிறது.. ஒரு வசதிக்காக பூசப்படும் வண்ணம் பிறகு அழிக்கமுடியாத ஒன்றாக ஆகிப்போய் விடுகிறது.. சில சமயங்களில் தனக்கு எந்த வண்ணமும் இல்லையே என்று கவலைப் படவும் வைக்கிறது.. வண்ணங்களை ஒழித்து விட்டு வாழவும் முடிகிறதில்லை. கவிஞரும் தனக்குப் பிடித்த வண்ணத்தில் சுற்றியிருப்பவைகளையெல்லாம் மாற்றுகிறார். அவருக்கும் ஒரு வண்ணம் தேவைப்படுகிறது. வண்ணத் துளிகள்

தேவையான அளவுக்கு அவருக்குக் கிடைக்கவும் செய் கின்றன. ஆனால் பிரச்சினை அதோடு தீர்ந்து விடவில்லை

சேகரமாகியுள்ள துளிவண்ணங்களை எல்லாம்
கலந்து மேனியில் பூசிக்கொண்டு
வலம்வரத் துவங்கியதும்
தனித்துவமாய் என்னைப் பிறர்
வியந்து நோக்குவார்கள் என நம்பினேன்
ஆனால் எல்லோரும்
தங்களது தனிவண்ணத்திலேயே ஆழ்ந்துள்ளனர்.

ஒரே சமயத்தில் இது வரமாகவும், சாபமாகவும் இருக் கிறது.. நாம் பூசிக்கொள்ளும் வண்ணம் நமக்கு ஒரு போதையைத் தருகிறது.. வாழ்வின் அவலத்தைத் தாங்கிக் கொள்ள பலவிதமான போதைகள் தேவைப் படுகின்றன. அளவுக்கு மீறிய போதை அழிவைக் கொண்டு வருகிறது. இறுதிவரை போதைகளுடனான போராட்டம் தான்.

இழப்பு நேர்கிற போது தம்மால் செய்ய முடிந்தது ஒன்றுமில்லையென்றாலும் பிரக்ஞை பூர்வமாக அந்த இழப்பை உள் வாங்கிக்கொள்கிறபோது அது இழப்பாகவே தெரியாதில்லையா? மீண்டும் அதே மாற்று வடிவில் ஒரு கவிதையைப் பார்க்கலாம்.

சுற்றிலும் அதீதமாய்ச் சத்தங்கள் இல்லாது போனது. கவனம் தவறும் நேரத்தைப் பற்றி யோசிப்பதை முழுமை யாய்த் தவிர்த்துவிட விரும்புகிறேன். எல்லோரும் துயில் விரும்பி மின்விளக்குகளை அணைத்த பின்னரும் அறையில் காரணமின்றி விரவியிருக்கும் வெளிச்சம் பழக்கப்படாத ஒன்றாக மாற்றமடைவதைத் தடுத்து நிறுத்த என்னால் முடியவில்லை. இருள்விரும்பி மின்விளக்கை அணைத்துள்ள அடுத்த அறைக்குள் புகுந்தாலும் இந்த உபரியான ஒளியின் துறத்தல் நிற்கவில்லை தேவையிலா இருட்டும் ஒளிர்வும் அருகருகே உள்ள அறைகளாகிவிட்டன. இரண்டிற்கும் நடுவில் நிற்கும்போது நிழல் விழுமோ என்னவோ?

நிழலுக்கான அலைச்சலும், எதிர்ப்பார்ப்பும் தொடர்து நடந்தபடி இருக்கிறது. அந்த இருட்டுக்கும், அந்த

ஒளிர்வுக்கும் நாம் அலை பாய்ந்து தேடுகிற நிழலைத் தர வேண்டும் என்கிற அக்கறை இருக்குமா? இருளும், ஒளிர்வும் சம்பந்தப்படாத ஒரு நிழலை நம்மால் உண்டாக்க முடியாதா? இவ்வளவு முயற்சிகளும் ஒரு நிழலுக்காகத்தானா? ஒரு ஆழமான மெய்யியல் தேடலுக்கு இக்கவிதை அடித்தளமாக இருக்கிறது..

இது நிழலோடு மட்டும் நின்று விடுவதில்லை.. பெயரைத் தேடியும் செல்கிறது. 'உலரிலைப்பக்கங்கள்' தொகுப்பில் இது 'பெயர்' என்ற ஒன்றைத் தேடுவதாக இருக்கிறது. நமது பெயரை நாம் எழுதத் துடிக்கிறோம். பெருநகரம் ஒன்றில், நெடுஞ்சாலையில் அமைந்திருக்கும் பேரங்காடி முன்னால் அமர்ந்து தனது பெயரை ஒரு தாளில் எழுத முயற்சிக்கும் போது பெயர் தாறுமாறாகப் போகிறது.. வேறு நெடுஞ் சாலையை நோக்கிப் போக வைக்கிறது. பெருநகரங்களும், நெடுஞ்சாலைகளும் பெயர்களை இவ்வளவு அலட்சியப் படுத்துகின்றன?

இத்தனை நெருக்கடிகளுக்கிடையில் தான் நாகரிகம் தப்பித்தல் முயற்சியாக புதுப்புது உத்திகளைக் கண்டுபிடித்துக் கொண்டே செல்கிறது..இதற்குத் தொழில் நுட்பம் உதவி செய்கிறது. ஆனால் தொழில் நுட்பம் பிரச்சினையைத் தீர்ப்பதற்குப்பதிலாக அதை மேலும் தீவிரப்படுத்துகிறது.. கணினியின் திரையில் தோன்றும் ஓவியப்பூடகத்தில் மனிதச் சுவடுகளே இல்லை.. மெய்ம்மையில்லாத மனிதச் சுவடுகள்.. எந்த நாகரிகமும், எந்தத் தொழில்நுட்பமும் கண்டறியமுடியாத மெய்ம்மை என்பது தனக்குள்ளேயே இருக்கிறது என்பது கவிஞரின் முடிவு.

தான் கண்டுகொள்ளும் மெய்ம்மையின் அசல் தன்மை குறித்த ஐயம் இருந்து கொண்டே இருக்கிறது. இதனால் மெய்ம்மையின் அளவுகோல்களை மாற்றிக்கொள்ள வேண்டியதாகவும் இருக்கிறது. மெய்ம்மை என்பது சுயம் தானா? சுயத்தை அறிவது மெய்ம்மையின் ஒரு கட்டமா? சுயத்தின் பண்புகளை மாற்றிக்கொள்ள முடியுமா?

தொடர்ந்த கேள்விகளை எழுப்பிக்கொண்டே போகிறது சண்முகத்தின் கவிதைப்பாதை..

படைப்பாக்கத்தில் தீவிரமாக அமிழ்ந்துபோகும் எந்தக் கவிஞனும் இப்படியான தொடர்ந்த, ஆழமான தேடலில் நிராசை அடையும் கட்டங்களையும் அடைவான். அவன் தன் வாழ்வனுபவத்தில் கண்ட உண்மைகளின் வெளிச்சம் அப்போது அவர்களுக்கு வழி காட்டும். இதைத்தான் பன்னிரண்டாம் நூற்றாண்டின் கன்னட வசன கவிஞர் பசவண்ணா

'ஓரிடத்தில் நிலை பெற்றிருப்பது அழிந்து விடும்.
ஓடிக்கொண்டேயிருப்பது நிலைத்து நிற்கும்'
(ஸ்தாவரக்கே அளிவுண்டு, ஜங்கமக்கே அளிவில்லா)

இடம்பெயர ஒரேயொரு சிறு முன்நகர்வு போதுமானது
பற்றிக் கொள்ள கரங்கள் இல்லாதிருந்தாலும்
எத்தனையோ முகங்கள் கடக்கின்றன
அதிலொன்றுக்கு என்முகம் பிடித்துவிடலாம்
இல்லையெனில் எனக்கொன்று நெருக்கமாகலாம்
(இடைவெளிகளின் எதிரொலி)

வெற்றியையும், தோல்வியையும், அமைதியையும், அமைதியின்மையையும் அவன் தன்னகத்தே கொண்டிருக் கிறான்? இது அவனுடைய பலமாக இருக்கலாம்.. பலவீன மாகவும் தெரியலாம். இரண்டையும் படைத்துக் கொள்ளக் கூடிய ஆற்றல் அவனுக்கு இருக்கிறது. சண்முகத்தின் கவிதைகளை உள்வாங்கிக் கொள்கிறபோது அந்த ஆற்றல் நமக்கும் வந்து அமையும்.

– ப. சகதேவன்
பெங்களூர்

0

ஒரு சுழியத்திற்குள் இருப்பது தான்
எனக்குள்ளும் உள்ளது
எப்படியெல்லாமோ முயன்று
அதை வெளியே தள்ளிவிட்டேன்

இப்போதும் அது
என் எதிரில் கிடக்கிறது
அதையும் விழிவசமிருந்து அப்புறப்படுத்தத் துவங்கியுள்ளேன்

சுழியத்தின் வெளிப்புற
வட்டக் கோட்டைத் தாண்டினபோதும்
நானும் சுழியமும்
பரஸ்பரம் வெளியேற இயலவில்லை. ○

1

இப்போது வேறிடத்தில் தங்கியிருந்தாலும்
முன்பிருந்த இடத்தின் வாசல்கதவை
மூடாமலே வந்துவிட்டேன்

இன்னும் பழைய அறைகள்
திறந்தே இருக்கின்றன
நான் வெளியேறிய பின்பும்
வேறு யாருடைய நடமாட்டமும்
இல்லை.

ஒரு அறையின் விளக்கை அணைக்காமல் விட்டதற்கு
மெய்யான காரணத்தைப் பகிர மனமில்லை

இரவுநேர விருப்ப ஆடைகளில் ஒன்றை படுக்கை
அறைக்கதவின் பின்னால் உள்ள கொக்கியில்
வியர்வையுடன் தொங்கவிட்டுவிட்டேன்

அடுத்த நாள் விழிப்பிற்கான நேரம்
அலாரம் கடிகாரம் அங்கிருக்க
விழிதிறக்கையில் உடனிருக்கும் அந்த வலது உள்ளங்கை
பத்திரமாய் என்றும்போல் என் கைவசமே. ❍

2

கரங்கள் கூம்பியுள்ளன
எதையும் வணங்கவில்லை
ஆனால் உனக்கு அப்படித் தோன்றுகிறது

பின்னிரவு வானத்தை நான் கூர்ந்து கவனிக்கும்
ஒரு கோணத்தில் அவ்வளவும் விளங்கிவிடாது
எனக்கு மட்டும் என்ன
நான் அனுபவிக்கும் காட்சியின்
புறத்தே இருந்து
நீ பார்த்துக் கொண்டிருக்கிறாய்

குளிர்மையுற்றிருக்கும் ஒளிக்கோளத்தில்
இடறும் வாழ்வின் இழப்பைப் பெறும்
எனக்கான நேரமிது
அவ்வளவே. ○

3

பல பெயர்கள்
என் ஞாபகத்தில் பதியாதிருக்க
எவ்வளவு பயிற்சி செய்திருக்கிறேன்

பலமுறை அறிந்தே
பெயரின் முதல் பாதியை மட்டும்
சொல்லி பலரையும் அழைத்துள்ளேன்

அதற்கவர்கள் விசித்திரமாக திரும்பிப் பார்க்கையில்
கட்டற்ற நகைப்பொலி
உள்ளுக்குள் எதிரொலிப்பதை நிறுத்த
மனம் சம்மதிக்கவில்லை

என் முழுப்பெயரைச் சொல்லி கூப்பிடுபவர்கள்
வெகுசிலரே
பெரும்பகுதியினர் என்பெயரின் முதல்பாதியை மட்டும்
அழுத்தமாய் உச்சரிப்பார்கள்
அவர்கள் புதிதாய் அறிமுகமானவர்கள்

பழைய நண்பர்கள்
என்னை அழைக்க உபயோகிக்கும் கேலிப்பெயர்கள்
ஒவ்வொன்றிலும்
என் குணங்கள் அழுத்தமாய் உச்சரிக்கப்பட

நினைவுக்குள் முதிரா வயதுடன்
எத்தனைக் கேலிப்பெயர்கள்
இயற்பெயர்களின் தோள்மீது கைகளை வளையமிட்டுள்ளன
அப்போதும் – இப்போதும்
அதே மிதஉணர்வு.. ○

22 ❖ எஸ். சண்முகம்

4

வழக்கமாகச் செல்லும் தூரம்
இன்று அலுத்துவிட
பாதி தூரத்தில் திரும்பிவிட்டேன்
கொஞ்சம் முன்கூட்டியே வீடையும்
எண்ணம் நடையைத் துரிதப்படுத்துகிறது

சலனமில்லா முகத்துடன்
என் இல்லத்து வாசலின்முன்
தாழ்ந்த செவிகளுடன் நிற்கும்
தாய் ஆடு வழிவிட மறுக்க

அதன் காலடியில் அமர்ந்திருக்கும்
குட்டியொன்று விழிதிறந்து
ஒருபுறம் வீதியையும்
மறுபுறம் என்னையும் பார்த்து விட்டு
மீண்டும் அங்கு விழிமூடி அமர்ந்துவிட

இப்போது
தாய் ஆட்டுடனும் குட்டியுடனும்
வீடும் வீதியுமாக நிற்க
நான். ○

5

யாரிடமிருந்து கற்ற பழக்கமோ
அடிக்கடி பின்னால் திரும்பிப் பார்ப்பது
யாருமில்லை என்றாலும்
மறுபடியும் திரும்பிப் பார்ப்பது

ஆனால் திரும்பும் முன்
பின்னால் பேசும் சத்தம் கேட்கவே செய்கிறது
திரும்பலாமா வேண்டாமா என யோசித்தாலும்
எனக்கு முன்புறம் நிழலேதும் விழவில்லை

இது
வெளியே சுற்றும்போது மட்டுமல்ல
எழுதும் மேசையில் வீற்றிருக்கையிலும்
இப்படித்தான்

மிகவும் கவர்ந்தவர் பின்னால்
இரகசியமாகச் சென்று நின்றால்
திரும்பி பார்க்காமலிருப்பவரை
எவ்வகையில் திரும்பிப் பார்க்க வைப்பது?.. ○

6

பேசும் தருவாயில் கவனிக்காமல் இருந்துவிட்டேன்
வேறெங்கோ குத்திட்டிருந்தன விழிகள்
சொற்கள் வடிந்த பின்னர்
வேறு வழியில்லாமல் நேரே பார்க்கிறோம்
உவப்பற்றுப் போன உறவின் தொடர்ச்சியை
யார் முதலில் துண்டிப்பது என்று
இருவருமே காத்திருக்கிறோம்

ஒருமுறை வானில் தேங்கியுள்ள
அந்திவண்ணத்தைப் பார்க்க விரும்பி
மேல்நோக்குகையில்
கன்னத்தில் உன் மூச்சு
கடந்துசெல்லும் பறவைகளில்
ஏதோவொன்று எழுப்பும் குரலோசை
இருவருக்கிடையில் விழுந்து எதிரொலிப்பதை
பிரியும்போதாவது உணர்வோம். ○

7

மனதிற்குள் மிதந்தலையும் ஒற்றை இறகுதான்
நான் தவறவிட்ட அந்த ஒருநாள்
மற்ற நாட்களில் அடையாத தூரம்
இப்போது கையருகில் இரவாய் கருமையடைகிறது

ஒவ்வொரு மணிநேரமும்
விழிப்பில் கரைந்து
முதல் வெளிச்சத்தில் படிவதைக் கண்டு
இறுகப் பற்றியிருக்கும் கரங்களின்
நிழலில் இருந்து விலகுகிறேன்

ஓரிருமுறை பிதற்றிய ஞாபகம்
இன்று இரவுவரை மறுமுறை நேராமல்
பார்த்துக் கொள்ள
வலியச் சென்று தென்படுபவர்களிடம்
நாவை இறகாகப் பாவிக்கத் துவங்க வேண்டும்.❍

8

மேசை கடிகாரத்தில் நேரமாவதைப் பார்க்காமல்
கவனத்தைத் திருப்ப மேற்குச் சுவர்
பக்கமாகத் திருப்பி வைத்துவிட்டேன்

வாசலில் விரிந்திருக்கும் காலையை
மேனியில் சில நிமிடங்கள் பரவவிட்டு
புழுதி திரையிடாத தெருமுனைவரை
சென்று பிரதான சாலையோரம்
நடைபாதையில் நின்றபின்

கிழக்கு துவங்கி மேற்கில் நெளியும்
சாலையின் ஓரங்களில்
நாளிதழ்களைப் பரப்பி வீடுகளுக்கு
விநியோகிப்பவர்களின் சைக்கிள்களில்
பல்வேறு நாளிதழ்கள் கட்டப்பட்டுள்ளன

எப்போதும் வாங்கும் நாளிதழைத் தவிர்த்து
வேறொன்றை வாங்க எண்ணிக் கொண்டு
பல்வேறு நாளிதழ்களின் முதல் பக்கத்தைப்
ஒவ்வொன்றாகப் பார்த்தேன்

எனக்கு முன் நின்றிருந்தவர் மெல்ல என்னிடம்
'தினப்பலன் எந்த நாளிதழில்
சரியான கணிப்புடன் இருக்கும்?'
என்று கேட்டார்
'யார் பிரச்சனைக்கு?' என்றேன்
எதுவும் பேசாமல் உதட்டைப் பிதுக்கி
நகர்ந்துவிட்டார்
நானும் யாரிடமாவது இதே கேள்வியைக் கேட்க
வேண்டும் போலுள்ளது.. ○

9

என்றும் போலல்லாமல்
இன்று மிகச் சீக்கிரமே
அனைத்து யோசனைகளும்
பின்வாங்கிவிட்டன

அங்குமிங்குமாக ஓடினாலும்
மறதியுடன் நின்ற இடம்
நாளை இளைப்பாற கச்சிதமாக
உருவாகிவிட்டது

மந்தமான நாளை நேசிப்பதை
நிறுத்திக் கொள்ள முடியாமல்
இன்னும் ஊர்ந்து விலகும் பொழுதையே
எதிர்நோக்கி உள்ளேன்

அப்படியொன்றும் சோம்பலில் உழல்பவன்
அல்ல நான்!
அடுத்தவரின் காரணமற்ற பரபரப்பிற்கு
ஈடுகொடுப்பதைவிட
வாயை இயன்றவரை 'ஆ' வெனத்
திறந்து அதிமெதுவாக மூடி
பரபரப்பானவர்களை நோக்கி
கொட்டாவியின் சத்தத்துடன்
நேரே பார்த்தபடி
விசித்திரமாக மகிழ்ந்து.
பின்னோக்கி நடக்க வேண்டும். ❍

10

சொல்லித் தந்ததைப் போலவே அமர்ந்து
ஒளி புகாதபடி விழிகளிரண்டையும்
கச்சிதமாக மூடிக் கொண்டேன்
இமைகளுக்குள் பொழுதுகள் அற்றுப் போயின

ஒரு குறிப்பிட்ட நொடி
எப்படியோ தவறிவிட்டது
ஏனென்று தெரியாவிட்டாலும்
இதமாகவே இருந்தது

தானாக விழிகள் திறக்கும்வரை
காத்திருக்கச் சொன்னவர்
எனக்கெனச் சொன்னார்
என்பதை எப்படித் தீர்மானிப்பது?

அது போகட்டும்!
திறந்துவிட்ட விழிகளிரண்டிலும்
விதவிதமானவர்கள் வெவ்வேறு அளவையில்
சத்தமிட
ஒளி பாய்ந்தோடுகிறது

சொன்னபடியே கடைப்பிடித்தவைகளினால்
உறுதியளிக்கப்பட்ட நிர்ச்சலனம்
எழுந்ததும் காணவில்லை

விஸ்தாரமான உலகின் களிப்பு
முன்பைவிட ஒருசிறிதும் பிறழவுமில்லை கூடவுமில்லை
இதற்கெதற்கு வீண் புலனடக்கம்?. ○

11

முழுநிலவிற்குள்
ஒருபிறையின் புறவிளிம்பு
சட்டெனத் தெரிகிறது
ஒருமுறை இமைத்துவிட்டுப் பார்த்தால்
முழுநிலவு பிறையிடமிருந்து
மீண்டும் தன்முழுமையைப் பெறுகிறது

இரண்டிலும்
எதையோ பெற்று இழந்துள்ளேன்
ஆனாலும் ஒன்றைத் தவிர்த்து
மற்றொன்றைக் காமுறுதலில்
சுயமாய் எதுவும் நிகழவில்லை

இதற்கொரு கோணம்
அதற்கொரு கோணம் என்று
தலைசாய்த்ததில்லை
முழுநிலவும் பிறையும்
ஒருசேர தன்னிலையின் ஆழத்தில் ததும்பும்

அதிகம் குழப்பிக் கொள்ளமால் இருக்க
தொலைவைத் தவிர்த்துவிட்டு
மிக அருகில் நிற்கும்
நின்னைக் காணும் விழைவு
பிறையாகவே என்னில்
நிலவும். ❍

12

நிற்குமிடம் கரையல்ல
ஆனால் அலைகள் வரிசையாய்
மோதும் ஓசை செவியை அடைகின்றது

பின்பக்கம் திரும்பினால் மணல்வெளி
முன்னால் நோக்கினால் ஒன்றுமில்லை
அண்ணாந்து பார்த்தால்
பழகிப்போன நீலத்தின் வெளிர்மையில்
ஓரிரு பறத்தலின் சிறுபுள்ளிகள்

இவ்விடத்தைவிட்டு நீங்கிச் செல்கையில்
கால்களில் ஈரத்தின் மிச்சம்
விரல்களின் இடுக்குகளில்
உவர்மணல் துகள்கள்

நெடுந்தொலைவு வந்த பின்
பேரிரைச்சலுடன் அலையொன்று
என் முதுகில் மோதிவிட்டு
நுரைத்து பின்வாங்கிச் செல்கிறது

சட்டையின் பின்பக்கம் நனைந்திருப்பதை
எதிர்பக்கம் வருவோர் கவனிக்க வாய்ப்பில்லை
எனக்கு பின்னால் வருவோரும்
என்னை அடையாளம் காண்பதரிது
நடந்ததைப் பொருட்படுத்தாமல்
தொடர்வதே நல்லது. ○

13

தேவையானவைகளை எல்லாம்
சேமித்து வைத்துள்ளேன்
அவைகளில் ஒன்று ரொம்பவும் நேர்த்தியானதொரு
புகைப்படம்

அதில் நானில்லாதது முக்கியமல்ல
ஆனால் அப்புகைப்படம்
என்னிடம் பத்திரமாக இருக்க காரணம்
வேறொருவர்

இப்போது நேரில் பார்த்தால்
இனம்காண இயலுமெனில்
அவரிடமே புகைப்படத்தைத் தந்துவிடுவேன்

அதைப் பெற்றுக் கொள்ள
என்னை அடையாளம் காண
இப்போதைய தோற்றம் அனுமதிக்கமோ என்னவோ

என்னிடமிருப்பதைப் போன்று
அவருடைய சேகரத்தில்
நானும் எஞ்சியிருக்கலாம். ❍

14

இரு நாற்காலிகள்
யாரும் அமராமல் இருக்கின்றன
எதில் அமர்வது? சற்று குழப்பமாகவே உள்ளது
இரண்டுமே எனக்குச் சொந்தமானவை தான்
ஒரே மாதிரியானது. ஒரே விலையும்கூட!

சுற்றிலும் ஒழுங்குபடுத்தப்படாத அறை
தரையில் பாதிவிரிந்த நிலையில் புத்தகமொன்று
அதைப் பார்க்கும்போது எழுதியவரின் தோற்றவுருவில்
உருண்டு வெருட்டும் கண்கள்
மேல்நோக்கி லாவகமாக முறுக்கிய மீசையின் கூர்மை
தொப்பி அணிந்திரா சிரம்

பலமுறை சில பக்கங்களை வாசித்தும்
அவர் சொல்வது ஓரிரு தடவை விளங்கியது போலிருந்தது
என் அன்றாட நடப்பில் மாறுதல்
ஈடேறியிருப்பதாக எண்ணினாலும்
இன்னதென்று சுட்டிக்காட்ட முடியாது

அவர் தன் பேரனுக்கு
கதைகளைச் சொல்லிக் கொண்டிருக்கிறார்
அவரையும் அந்தப் புத்தகத்தையும்
எந்நேரமும் பார்ப்பதை மட்டும் நிறுத்தாமல்
அவரது பேரனுக்கு அருகில் சென்று
நான் அமர்ந்து கொண்டேன். ❍

15

சுவர்கள் இணையும் மூலையை
நோக்கியவாறு
சம்மணமிட்டு அமர்ந்துவிட்டேன்
இப்போது என்ன செய்வது என்று யோசிக்கிறேன்
அப்படி யோசிக்காமல் இருக்கத்தான்
இப்படிச் செய்வாயென அருளியவரின்
முகம் தென்படுமென்ற காத்திருப்பில்
விழிகளை மூடி மூடித் திறந்த வண்ணமாக
பொழுதைக் கழிப்பதில் எனக்கு உவப்பற்றுப் போனது

பின்னாலிருக்கும் வெளியும் நிகழ்வும் தென்படாதிருப்பதே
இப்போதைக்கான அனுகூலம்
ஆனால் வியக்கும்படியான அனுபவம்
எதுவும் முன்புறத்து சுவர் மூலையில்
கிட்டவில்லை

ஒவ்வொரு நொடியும் விழித்தெழத் தூண்டுகின்றன
எழுந்த பின்னர் அரிதாய் எதையாவது
இழந்துவிடுவோமோ என்ற யூகம் பீடிக்க
செய்வதறியாது தொடர்வதில்
ஏற்பட்ட அலுப்பில் எழுந்துவிட்டேன்

ஒரு குவளை நீரைப்பருக
அடுத்த அறைக்குச் சென்று திரும்பியதும்
சுவர்மூலையை நோக்கி இருக்கச் சொன்னவர்
விழிகளைப் பாதி மூடிய நிலையில்
நானிருந்த இடத்தில் அமர்ந்துள்ளார்
அவர் எழுந்ததும்
எனக்கு நேர்ந்தது என்னவென்று
அவரிடம் கேட்டறிய வேண்டும்! ❍

16

இந்த உடலை மறுபுனைவு செய்து கொள்ள
ஆசை மேலிடுகிறது
கயலின் விழிகளுடன் கூடிய முகம்
செதில்கள் நிறைந்த வழுவழுப்பான உடல்

பறவையின் கழுத்துடன் கூடிய அலகு போலும் வாய்
வெண்புரவியின் மேனி மினுமினுப்பு
மூதாதைக் குரங்கின் நீள்கரங்கள் விரல்கள்
மானுடனின் கால்கள் இரண்டும்
அப்படியே இருப்பது முக்கியம்

என் இருப்பிடத்தை
மலை வனம் நதி மற்றும் ஆழியாக்கி
மேலே மின்நீலத்தை தீட்டினால்
சிறகுகள் தானாக வளர்ந்துவிடும்

குகைக்குள்ளும் வெளியிலும் ஊடாட
மனிதனென அறியாக் காலத்து மனமும்
அனுமானங்கள் இல்லாத மூளையுடன்
திரிந்தாலும்
இன்றளவும் மாறா வேட்கைக்கான
பதிலிக்கு நான் என் செய்வேன். ❍

17

திறந்திருக்கும் சாளரத்தின்
வழியே கேட்கும் பாடலின் பாதிவரியில்
முழுநிலவின் அரைவட்டம் தென்பட
மீதமிருக்கும் சொற்களைக் கொண்டு
பாடி முடிக்க வேண்டும்

எதிரிலுள்ள சாளரத்து
ஒற்றைச் சதுரத் திறப்பில்
நினது எழுச்சிக்கான நொடிகள் நழுவியோட
நிமிடங்கள் பதட்டப்பெருமூச்சின் எண்களாகிப் பெருக

சில்லிடலுடன் நுழையும் வெளிக்காற்றினை
துய்க்கும் எனக்கான நேரமிது
அப்பாடல் எனக்கு மட்டுமே கேட்பதாக
எண்ணும் கற்பிதத்தை உதரியபின்

முதல்பாதி பாடலுடனும்
சாளத்து ஒற்றைச் சதுரத்துடனும்
இன்று கிடைத்த அளவான நிலவுடனும்
என் அறை இருக்கட்டும்

வேண்டுமெனில் நீ அப்பாடலின்
பிற்பாதியைக் கைக்கொள்ளலாம்
அல்லது கைவிடலாம். ❍

18

நினைத்த வண்ணத்தில்
சுற்றியிருப்பவைகளை அனைத்தையும் மாற்றிவிட்டேன்
இவைகளல்லாத ஒரு வண்ணத்தைத்
தேர்ந்தெடுக்க யாரிடமாவது கேட்கவே
கூச்சமாக இருக்கிறது

நான் மட்டும் வண்ணமற்று நிற்கிறேன்
இப்போதைக்கு மற்றவர்களிடமிருந்து
ஒருதுளி வண்ணத்தைக் கேட்டுப்
பெற்றுக் கொள்ளத் துவங்கியுள்ளேன்
உடல்முழுக்க பூசிக்கொள்ளத் தேவையான அளவிற்கு
துளிகள் கிடைத்துவிட்டன

சேகரமாகியுள்ள துளிவண்ணங்களை எல்லாம்
கலந்து மேனியில் பூசிக்கொண்டு
வலம்வரத் துவங்கியதும்
தனித்துவமாய் என்னைப் பிறர்
வியந்து நோக்குவார்கள் என நம்பினேன்
ஆனால் எல்லோரும்
தங்களது தனிவண்ணத்திலேயே ஆழ்ந்துள்ளனர்.. ○

19

ஒருபுறம் நிழல்
மறுபுறம் உன்வெளிச்சம்
இங்குமல்லாது அங்குமல்லாது
நிலையற்ற ஊடாடலில் மகிழ்வதுதான்
என் இருப்பின் உள்ளரங்கம்

நகர்தல் நிகழாமல் இருக்கவே விழைந்தாலும்
நேரத்தின் கரங்கள் துரிதமடைவதை
எவ்விதம் மட்டுப்படுத்துவேன்?

என் விருப்பின் ஆளுகை என்பது
பகல் இரவென இரண்டாக
நீயும் நானும் இதில் எதுவாயிருந்தால் என்ன?
நிழலற்றுப் போகும் தருவாய்
வெளியரங்கமாகவே வாய்த்தால் போதும்! ○

20

இவ்வுலகை எவ்விதமாய்ப் பார்ப்பது என்று
யாரிடமாவது கேட்கச் சொல்கிறது மனம்
ஆனால் பிறர் சொல்லும் விதத்தில்
நான் எதற்குப் பார்க்க வேண்டும்?

இதுநாள் வரையில் இக்கேள்வியின்
துணையின்றி இவ்வுலகைக் கண்டு
அதிலிருந்து மீண்டுள்ளேன்
பிணக்கெதுவும் கண்டதில்லை

இதுகுறித்து அக்கறையும் கொண்டதில்லை
அதிகமாக எதைப்பற்றி அறியவும் விரும்பியதில்லை
ஆனால் ஓரிரு நாட்களாக
இப்படியானதற்கு காரணம்
உறுதியாக நானல்ல

ஒருவேளை முன்னெப்போதோ வாசித்து மறந்த
புத்தகத்திலுள்ள ஏதேனும் ஒருவரி
திடீரென இவ்வாறான கேள்வியாக உயிர்த்திருக்குமோ?
அப்புத்தகமும் தேடியதில் சிக்கவில்லை

ஆகையால்
பதில் சொல்ல ஆளற்ற இடத்திற்கு
மெதுவாக பெயர்ந்துவிட வேண்டும்.
இனிதே.. ❍

21

அதிக வித்தியாசங்களுடன் வாழப் பழகிப்
பல்லாண்டுகள் ஆகிவிட்டன
இருப்பினும் சிலவேளைகளில் கடினமாகிவிடுகிறது

இதுவரை எதிர்கொண்டவைகளில் காணாத
புதிய குணாதிசயங்கள் வெளிப்படும்போது
கைக்கடிகாரம் தாற்காலிகமாக நின்றுவிட்டு
நான் சுதாரித்த பின்னர்
பழையபடி வட்டமடிக்க

சரி என்ற சொல்லைத்தவிர
வேறொன்றையும் ஏற்க மறுப்பதில்
அப்படியொரு மகிழ்ச்சி அடைபவர்களைச்
சந்திக்கும் நேரத்தை சுருக்கிவிட்டால்
நல்லது

தவறு செய்ய அறியாதவர்களாக
தன்னை எண்ணிக் கொள்வதில்
அவர்களுக்கான தனி இன்பம்
ஏதோ உள்ளது போலும்

சரி தவறு என்று சொல்பவர்களிடமெல்லாம்
எதிர்மறைச் சொற்களை பிரயோகிக்காமல்
ஆமோதிக்கும் சொல்லுடன் தலையசைத்து
வணக்கமிட்டுவிட்டு விலகியதும்

எதிர்ச்சொல்லை முணுமுணுத்து
தடையின்றி கைக்கடிகாரம் ஓடுவதைக் கண்டு
மகிழ்தல் நல்லது. ○

40 ❖ எஸ். சண்முகம்

22

வாசல் திறந்திருப்பதை வைத்து
யாரேனும் வந்து போயிருக்கலாமென்று
யூகிக்கச் சொல்கிறது
எனக்குக் கேட்கும் குரல்

வெளியே காலணிகள் உள்ளனவா?
அப்படி எதுவும் காணோம்
நடமாட்டம் இல்லாதிருப்பது
வெறுமையாக காட்சியளிக்காமல்
வாசலின் உட்புறவெளி நிறைவுடன் விரிந்திருக்க

மெல்ல வாசல்வழியே பிரவேசித்துவிட்டேன்
எவ்வளவு பெரிய இடமென்று
பார்க்கத் துவங்கியதில்
வெளியில் நின்று கண்டதைக் காட்டிலும்

சிறிய இடம்தான் எனினும்
சுற்றிப்பார்த்து முடிக்க
அதிக நேரமாகிவிட்டது
போதும் வெளியேறிவிடலாமென்றால்
வாசல் சமீபிக்கவில்லை

ஒருவழியாக தாண்டி வந்துவிட்டேன்
இப்போது நிறையப்பேர்
வாசலுக்கு அப்பக்கம்
வரிசையாக நின்றிருப்பது தெரிகிறது. ○

23

தெருவில் செல்கையில் எந்தப் பாவனையை வரிப்பது?
மீண்டும் திரும்பி வருகையில்
அதை வீட்டு வாசலுக்கு மேற்சுவரில்
அடிக்கப்பட்டுள்ள ஆணியில் மாட்டியிருந்த
ஒரு விகார உருவம் மறைந்து போகும் அளவிற்கு
மங்கிப் போயிருப்பதை
இன்றுதான் கவனித்தேன்

இன்றென் பார்வைக்கு எட்டியதும்
அதைக் கழற்றிவிட்டு வெற்றிடத்தை
அப்படியே விட்டுவிடவே நினைத்தேன்
ஆனால் வீட்டிற்குள் புழங்குவதற்கென்ற
தனி பாவனை ஒன்று கைவசமிருப்பதை
எப்படி மறப்பேன்?

விகாரம் நீங்கியுள்ள இடத்தினில்
புதிதாய் மாட்டி வைக்க
நாளை வெளியே செல்கையில்
இன்னும் கூடுதலான விகாரத்துடன்
படமொன்றை வாங்கி மாட்ட வேண்டும்

அதுவரை வீதியில் தரிந்திருந்த
எனது பாவனையை அங்கு பதிந்துவிட்டேன்
நன்கு பொருந்திவிட்டால் போதும்
அடிக்கடி அழைப்பு மணி ஒலிக்கவில்லையெனில்
புதிதாய் வங்கும் செலவு மிச்சம். ○

❖ எஸ். சண்முகம்

24

இத்தகைய சந்தர்ப்பத்தில்
இடது வலது முன் பின்
எப்பக்கம் தலைசாய்ப்பது?
யாரிடமாவது கேட்டறிய நினைத்தால்

உனக்கென்ன நேர்ந்துவிட்டதென
கேட்க வாய்ப்புள்ளது
நேரிட்டுவிட்டதா அன்றி நேர்ந்த வண்ணமிருக்கிறதா?
அவ்வளவு தெளிவுடன் பதிலளிக்க
நான் தெளிவற்றிருப்பது எனக்கே விளங்கினாலும்
கேட்கத் தூண்டும் பதட்டம்
அடங்காமல் தொடர

தலையை இடஞ்சுழியாக வலஞ்சுழியாக
சுழற்றி முடித்ததும்
நிதானத்திற்கு வந்துவிட்டேன்
எனக்கொரு ஒவ்வாமை.
அதிகவனமாய் இருத்தல். ❍

25

இதமாக்கிக் கொள்ள
ஒரு வாசகம் தேவை
மனதிற்கு

வாசித்த புத்தகங்களில்
ஒன்றிரண்டைத் தவிர வேறொன்றும்
நினைவில் இல்லை

அதிலும்கூட புரியாத சொற்றொடர்களே
நான் விரும்பாவிடினும்
அழியாமல் உள்ளிருக்கின்றன

அச்சொற்றொடர்களில் ஒன்று
எனக்கேதுவாகக் கூடும்
எப்படி அதை மேலெழச் செய்வது?

என்போக்கில் தோன்றியதை
எல்லாம் கிறுக்கிய தாளில்
எழுதாமல் விடுபட்டிருக்கும் மூலையில்
எழுதிவிட்டு சோர்வுடன் பார்க்க

அதனருகில் முன்பே எழுதப்பட்டிருந்த
இருசொற்கள்
நானெழுதியதுடன் இணைந்து கொண்டன

அதை வாசகமாக்கிக் கொள்வதும் தவிர்ப்பதும்
இதம் நாடும் மனமே
தீர்மானிக்கட்டும்.. ❍

26

உள்ளங்கைகளுக்குள் முகம்புதைக்கும் அளவிற்கு
உனக்கெதுவும் வருத்தமுள்ளதா?
இனிப்பிடாத தேநீரின் கசப்பிற்கு
ஏங்கும் என் ருசியுணர்வை அறிந்தும்
பிணங்கிவிட்டாய்

மாறாமிலிருக்கும் பார்வையின் நிமித்தம்
சிறிது கீழ்நோக்கிக் கழுத்தை
முன்வளைத்திருப்பது எனக்கும் புலப்படவே செய்கிறது
தரையில் பதிந்து கிடக்கும்
பாத ஈரம்
தற்போதுதான் நான் இல்லத்துள்
நுழைந்துள்ளேன் என்பதை
உனக்குத் தெரிவிக்கும்

நானில்லா நேரத்து ஞாபக பசுமையோட்டத்தின்
விசையை இடையீடு செய்யும் எண்ணமின்றித் தான்
தாழிடாத கதவினை
அங்குலம் அங்குலமாகத் திறந்து
சமைந்து அமர்ந்துள்ள நின்முன் இருக்க
தாற்காலிகமாய் உறங்கிய
கணினியின் திரையின் வண்ணவிழிப்பாய்
நமக்கான மறுநேசிப்பு.

27

சட்டென்று பார்க்கையில்
முதலாவதாகத் தென்படும் பொருளை
அக்காட்சியின் சட்டகத்தைவிட்டு
ஏன் நகர்த்தி வைக்கக்கூடாது?

அருகிலிருப்பவைகளில்
ஒன்றைக்கூட கலைக்காமல்
விட்டுவிடுவதும் நல்லதே

மாறிவிடும் காட்சியில் விடுபட்டுப் போவெதெல்லாம்
வேறிடம் பெயர்ந்துவிடுமோ?
நானிருக்கும் இடத்தை
வேறொரு கோணத்தில் நின்று பார்க்க
நகர்வதல்லாமல் வேறென்ன செய்ய? ❍

28

எத்தனையோ நாட்களாகிவிட்டன
தோன்றி முன்நிற்பதைத் தவிர்த்திருந்தாய்
இரவைத் துளியும் உள்வாங்காத விழிப்பை
நீட்டிக்க நினைப்பதே
இன்று கனவில் இடமளிக்கக் கூடாது என்றுதான்

உறங்காமல் தொடரும் விழிப்பின் கரையில்
சிறகுகள் தென்படலாம்
இல்லையெனில் சற்றருகிலும்
நீ நெடுநேரமாக வேறுதிசைநோக்கி
நின்றிருப்பதைப் பார்க்காதது போலிருக்க
இப்போதுதான் நான் துவங்கியுள்ளேனோ என்னவோ?

ஒருமுறை கிடைக்கோட்டில்
நீள்விரித்து உள்ளிழுக்கும் தருவாய்த் தெரியும்
உன் பின்புற முழுமையில்
வழக்கத்தைக் காட்டிலும் பூதாகாரமாய்ப் பரவியுள்ளது
இறகுகளின் வண்ணக்குழைவு

நேற்றைய குறைநெகிழ்வான நேர்சந்திப்பிலும்
பெருகியோடும் நெருக்கத்தின் சில்லிடல்
இவ்விரவையும் கடந்து
நாளையின் வெம்மைவரை ஊடாடி நிற்குமோ? ○

29

கடந்துவிட்டாய் என்று சொன்னவர்
என் எதிரில் இல்லை
எதிர்முனையைப் பார்க்காமல்
நடக்கத் துவங்கியுள்ளேன்

ஒருவேளை அவர் சொன்னது
இதற்குமுன் நான் நின்றிருந்த
சாலையைக் கடந்துவிட்டதாய்க் குறிக்கிறாரோ?
அப்படியும் எடுத்துக் கொள்ளலாம்

கேட்கும் குரலை அல்லாமல்
சொல்பவரைத் தேடும் வழக்கத்தை
இன்னும் கைவிடாமல் தொடர்வதை
நிறுத்தினால் சரி

நிற்பதும் நடப்பதும் கடப்பதுமான
என்னியக்கத்தை என்னைக் காட்டிலும்
மற்றொருவரும் கவனிப்பதை
சகஉயிரியின் உடனிருத்தலென
ஏற்க ஆரம்பித்தால்
கேட்கும் குரல் தானாகவே ஓய்ந்துவிடும். ❍

30

நாட்கள் ஒவ்வொன்றும்
மொட்டுக்குள் கூம்பியுள்ள மடல்கள்
தன்னை விடுத்துக் கொள்வதாக
நமக்குள்ளிருந்து வெளிப்படுகின்றன

அதன் நிறத்தைவிட
வடிவத்தில் இழந்த நேரத்தை
மீள்சேகரம் செய்ய
மேலுமொரு வாழ்நாள் வாய்க்குமோ?

யாருமில்லாது போன
ஒருநாழிகையையே ஞாபகத்தின் வெளியாக
இருவரும் யார் ஊடாகக் கடக்கிறோம்?
யோசிக்கையில் தப்பிவிடும் தொடுவுணர்வின்
சுழலை மறுபடியும் துவக்குவது எப்போது?

முன்னும் பின்னும் நகர்ந்து
நாமுள்ள காட்சியின் முழுமையை
காண எத்தனிக்கும்
உணர்விழையின் நெகிழ்வில்
எத்தனைச் சேர்க்கைகள்?

நின் திருமுன்னர்
கூர்ந்து நோக்கினால் வசப்படும்
வெளியாகவே தொடர்வதில்
எங்கிருப்பினும் தனித்திருத்தல்
எனக்கில்லையெனில்
உனக்கும்தான் இல்லை! ○

31

ஒரு பூங்கொத்திலுள்ள
பல்வேறு பூக்களில் ஒன்றுமட்டும்
பார்வையின் கவனத்தைக் கோருவதை
எப்படி விளங்கிக் கொள்வது?

அடுக்கியவரின் உளநேர்த்தியின் ஈர்ப்பாக
இருக்கலாம் அல்லது
எனக்கான வண்ணத்தேர்வை மலர்ச்சியில்
காண்பதும் காரணமாகலாம்

வாசம் எட்டவில்லை
உன்னித்துக் காணுகையில்
அந்தப் பூவின் ஓரங்கள் நீங்கி
வட்டமையமும் அலையாய்ப் பரவிக் கலைகிறது

அதனருகிலுள்ள வேறொரு பூவை
இப்போது கவனிக்கத் துவங்கியுள்ளேன்
மற்றொரு பூவின் சுருக்கவுரு
வண்ணத்தைக் காட்டிலும் வனப்புறுகிறது

சரி போகட்டும்
அனைத்தையும் மறந்துவிடலாமென்று
வேறுபக்கம் திரும்பிவிட்டு
நான் தொடும் அப்பூங்கொத்தில் தட்டுப்படும்
ஈரம்கோர்த்துள்ள மெல்லிய விரல்கள்
எனக்கானவை. ○

❖ எஸ். சண்முகம்

32

யாரும் கேட்குமுன்
நானே கேட்டுவிடுகிறேன்
எதிரில் வருவோரை எல்லாம் 'நலம்தானா?' என்று!

காணாததுபோல் தாண்டிச் செல்ல நினைப்பவர்கள்
யாரென்று தனித்தனியாக அறியமுடியவில்லை
அதனால் பொதுவாக எல்லோரிடமும்
இப்படியாக நலமறியவே விரும்பினேன்

லேசாகவும் திடமாகவும் அங்கீகரித்தவர்கள்
எத்தனைபேர் என்று எண்ணவில்லை
ஓரிருவரைத் தவிர மற்றவர்கள்
இயல்பு தவறாமல் பதலளித்தனர்

என்னை முதலில் நலம்விசாரிப்பவர்கள்
அருகிவிட்ட தெருவாகிப் போனது
அதே தெருதான்! என்வீடும் அங்கேயேதான்!
நானும் என்று எதைச் சொல்ல?
ஒன்றும் சொல்லாமலே இருந்துவிட
இனி அன்றாடம் பழகிக் கொள்ள வேண்டும்! ❍

33

இவ்வளவு அமைதி தேவையில்லை
அளவான பேச்சோசையைக் கேட்க
நன்றாகவே இருக்கும்

இருள் கவியாதபடி விளக்கொளி சிந்தினாலே போதும்
தூசுபடர்ந்த சுவர்மூலைகளை மட்டும்
தூய்மை செய்தாலே மாசற்ற உணர்வு
அறையில் நிலவும்

அதிகமில்லையென்றாலும் உடனிருக்க
இன்னொருவர் அவசியம்தான்
அவரும் வாய்க்காத போது
கைபேசியில் அவரது எண்ணும் உருவமும்
சேமிப்பில் இருப்பது எவ்வளவு ஆறுதல்

விழிகள் சொக்கும் நொடியில்
இழையும் இசையின் கடைசி சப்தத்துடன்
புலனில் எழும் அவாவினை
உடல் துறக்காது தொடரும். ○

எஸ். சண்முகம்

34

சாந்தமான முகம்தான்
மோனமற்று உருள்கின்றன விழிகள்
அலைகளின்மேல் தென்படும் ஆழியைவிட
அதன் நடுவில் நிறைந்துள்ள நீரே
மனதிலாடுகிறது

தவறிப்போன வண்ணங்களைத் தேடும் தூரிகை
ஓவியத்தின் புறத்தே துழாவி
தீட்டலைத் துவங்க
வெளியேறிவிட வேறு உபாயமிருந்தாலும்
தீட்டலில் உள்ள தன்னிலை
ஏனோ தயங்கி நிற்கும்

தரையில் சிந்தியுள்ள நீரைப்
ஒருமுறை பார்த்தால்
யாரோ உதறிய துளிகளாக காட்சியளிக்கிறது
மறுமுறை நோக்கினால் அப்படியில்லை
ஒன்றையே.
இன்னும் எத்தனை தடவை பார்ப்பது? ○

35

திரும்பிப் பார்க்குமளவிற்கு
விசித்திரங்களைக் கொண்டவனல்ல நான்
இன்னும்கூட தாழ்மையாகச் சொல்வதெனில்
எல்லோரைக் காட்டிலும் இயல்பு மிகைத்துள்ளது
என்னிடம்

ஒருவர்கூட கவனிக்காமல் போனதற்கு
முக்கிய காரணம் இல்லாமலிருக்க
நிறையவே சாத்தியமுண்டு
இருந்தாலும் ஒவ்வொருவர் முன்னால்
நிதானமாக நின்று அவர்களைக் கண்டிருந்தால்
என்ன செய்திருப்பார்கள்?

விலகிப் போவோரே அதிகமிருப்பார்கள்
முன்பின் அறியாதவர்கள் முன்னே
அவ்வளவு நெருங்கிச் சென்றால்
மிரட்சி அடைந்து என்னை விரட்டியிருக்க
வாய்ப்புண்டு

ஒருவரை நன்கறிந்துதான் நெருங்க வேண்டுமா?
சரி பல்லாண்டு பழகியவர்கள் ஒருபுறமிருக்கட்டும்
சற்றுமுன் எதிரிட்டவர்களில் சிலரை
நானே திரும்பிப் பார்த்துவிட்டு
இதைப்பற்றி அல்ல எதைப்பற்றியும் சிந்திக்காமல்
என்வழியே போகலாம்

வேறுபக்கம் உள்ளவர்களில் யாராவது
என்பக்கம் திரும்பினாலும்
இனி நேரமில்லை எதையும் கவனிக்க. ○

❖ எஸ். சண்முகம்

36

எழுந்து நின்றுவிட்டு அமர்ந்துவிட்டேன்
முழுகவனத்துடன் செவிகொடுக்காவிட்டாலும்
ஒலிக்கும் இசையை நிறுத்தத் தோன்றவில்லை

சுற்றிலும் காண்பதில் அருகில் கேட்பதில்
எதையும் குறிப்பிடும்படியாக ரசிக்க
நேரமற்றுப் போனதற்கு
யாரையும் பழிகூற முடியாது

மோனம் என்று சதா முணுமுணுப்பது கேட்பினும்
இடையிடையே விடாமல் வாய்பேசுவதை
மறைவாய் ரசிப்பது யாருமில்லை
நானே. ○

37

எப்போது எழுதுகோளை மாற்றினேன்?
எழுத்தின் வண்ணம் இப்போது மாறியது?
வழக்கமாய் நான் எழுத உபயோகிக்கும்
வண்ணமல்ல இது

முன்னாலிருக்கும் தாளில் எழுத்துக்களும் இல்லை
மாறாக சிறுசிறு கொத்துக்களாக
பூக்கள் வரையப்பட்டுள்ளன

சிற்சில இடங்களில்
இருமுறை தீட்டியதினால்
அடர்ந்துள்ளது புதுவண்ணம்

எழுத்துக்களிலேயே புழங்கிக் கொண்டிருந்தவன்
எப்போது விடுபட்டேன் நினைவில்லை
விரல்களின் பழக்கம்தான் எனினும்
தன்னிச்சையாய் மாற சாத்தியமேது?

உள்ளம் எழுத்துக்களைவிட்டு
பூக்களை நாடிய பின்
மீண்டும் எழுத்துக்களுக்கே திரும்பினாலும்
விரல்கள் பூவென்றே எழுதும். ○

எஸ். சண்முகம்

38

கரைகள் தென்படாத நீர்வெளியில்
மிதப்பதாகத் தோன்றுகிறது
நொடி / நிமிடம் / மணிநேரம் எதுவும்
தற்போதைக்கு இல்லை

ஒருமுறை உயர
பின் தாழ
பார்த்துவிட்டுப் பழைய நிலைக்குத் திரும்பினால்
வரிவரியான மணல்வெளி
நொடி / நிமிடம் / மணிநேரம் இங்குமில்லை

தன்னையறியாமல் ஓடத் துவங்கியதும்
சிறிது நேரத்தில்
சாலைகள் கட்டிடங்கள் போவோர் வருவோர்
சக்கரங்கள் ஒலிப்பான்கள்
கைவைக்கும் இடமெங்கும் தூசு

பிரதான நாற்சந்தியில் உடலேந்தி நிற்க
முன்கண்டதைக் காட்டிலும்
உயரமாய் வளர்ந்துள்ளது
அதே பழைய மணிக்கூண்டு. ○

39

எங்கிருந்து வந்து உள்ளே விழுந்ததோ
இணக்கத்தின் துளி
அருகருகே பறத்தலில் இருக்கும்
இருபறவைகளின் காட்சி
விழிகளில் விரிகின்றது

நிறமற்றிருக்கும் காற்றின் உருவின்மை
இணையாகித் தென்படும்
உயிர்க்குழலின் மேலும் கீழும்
சென்றுவந்தபடி இருக்க

அறிந்தே விலகிய நாடகீயமான பாவனைகள்
எல்லாம் சலித்துவிட்டன
ஈடில்லா உயிரெழுச்சியின் துவக்கமாக
என்னில் இன்னொரு உடல். ○

40

விரும்பித் தலையிடுவதில்லை பிறரிடம்
தன்போக்கில் என்னிடம் நானே
தலையிடுவதை நிறுத்திக் கொள்ள முடியவில்லை

எதிலாவது துவங்கி வேறொன்றை அடைந்து
முற்றிலும் தெளிவின்றி தவிப்பது
வாடிக்கையாகிப் போனது
சதாகாலமும் தீர்க்கமானவனாக வாழ்வது
மிகவும் அலுப்பானது

மனம்சுழலத் திரிவதில்
ஆனந்தமுள்ளதோ இல்லையோ
சிறிதளவாவது துள்ளலை அனுபவிக்கலாம். ○

41

உனக்கு மட்டுமல்ல
எனக்கும் கேட்கவில்லை என் பேச்சு
வரிந்து அழுத்திச் சொற்களை
உச்சரிப்பது சலித்துவிட்டது

நெருங்கிவந்தும் கேட்கவில்லை என்கிறாய்
நானொன்றும் அப்பால் எங்கும் போகவில்லையே!
உடலுரச நின்றிருத்தலில் அணுக்கம் சம்பவிக்கும்
என்று நீ சொல்வது செவியுள்
வேறுவிதமாய் எதிரொலிக்கிறது

சாலையின் எதிர்முனைக் கோட்டின்
கடைசி புள்ளியாகத் துவங்கி
என் முதுகின் பின்னுள்ள
அதே சாலையில் விரையும் கோடாகிச் சென்றாய்

வாகனங்கள் எதிரும் புதிருமாய் விரைவதையும்
பேருந்தின் ஜன்னல் முகங்களில் ஏதேனுமொன்று
நகைக்குமெனக் காத்திருந்தவாறே
நடுவிலுள்ள மஞ்சள் கோட்டில் அயர்வின்றி
இணைவுப் புள்ளியாகும்வரை நின்றிருப்பேனோ?
அன்றி குறுகாது
நரையிழைகள் மிதக்க.
வெற்றிடமாய் உரைவேனோ? ⚪

60 ❖ எஸ். சண்முகம்

42

நிற்கப் போகும் பேருந்தை நோக்கி
அவசர கதியில் விரைகையில்
பதட்டம் இல்லை
நிறுத்தத்தில் அருகில் நின்றிருந்தவர்
'பேருந்து இங்கேயே வந்து நிற்கும்
எதற்கிந்தப் பரபரப்பு?' என்றார்.

நடையைத் துறந்துவிட்டிருப்பதை
இப்போதுதான் அறிய முடிந்தது
ஆனாலும் எண்ணத்தில் அலைவில்லை
ஒருவேளை உடலியக்கம் அவ்வாறு
அவரைப் பதட்டப்படுத்தியிருக்கும்

நான் விரைந்த புள்ளிக்கு
ஐந்தடிக்குப் பின்னால் வந்துநின்றது பேருந்து
எனக்கு முன்னாடி அவர் ஏறிவிட்டிருந்தார்
படிகளை எண்ணாமல் பேருந்தினுள் சென்றேன்

கதவின் எதிரிலுள்ள ஜன்னலோர இருக்கையில்
அமர்ந்திருந்தார்
என்னைக் கண்டதும் 'என்ன இவ்வளவு மெதுவாக
வருகிறீர்கள்?' என்று சொல்லிவிட்டு
முகக்கவசமின்றி ஜன்னல்வழியே
பழைய கட்டிடமொன்றைப் பார்க்கத் துவங்கிவிட்டார்
நானென்ன இயல்பற்றவனா? மந்தமானவனா?
அப்படியெல்லாம் இல்லை

அவருகில் காலியாக இருந்த இருக்கையில் அமராமல்
நேற்று புதிதாக வாங்கிய உயர்தர
ஆறுஅடுக்கு முகக்கவசத்தை அணிந்திருக்கும் நான்
பின்னிருக்கையில் முகக்கவசமணிந்த மற்றொருவர்
பக்கத்தில் சென்று அமர்ந்து கொண்டேன்
அடுத்த நிறுத்தத்தில் இறங்கிச் செல்கையில்
அவர் திரும்பிப் பார்க்கவே இல்லை.. ○

43

ஆண்டுகளைக் கடந்துவிட்டதாய் உணர்த்தும்
அந்த வீதியில் நிற்பதும் நடப்பதுமாக உள்ளேன்
புதிதாகக் காட்சி தந்தாலும்
விடுபடல்களாக சில வீடுகள்
தெருவின் உயரத்திற்குள்
அரையடிக்கும் கீழே புதைத்திருக்கின்றன

பிஸ்தா பச்சைவண்ண முன்பக்கம்
இப்போது வேறுபூச்சைத் தாங்கியிருந்தால்
எவ்வாறு அடையாளம் காண்பது?
சாளரங்களது நீள்வட்ட வடிவத்தை ஞாபகத்தில் கொள்ளலாம்

கதவிலக்கங்கள் ஒருவித ஞாபகமின்மையாக மாறிவிட்டன
முதுமைக்குள்ளிருந்து அன்றைய முகங்கள்
சுருக்கங்களை அழித்து வெளியே தென்படுகின்றன

கூடுதல் விசாலமாய்த் திறந்திருக்கும் கதவின் முன்அகலாது
முன்னறிந்த பெயரைச் சொல்லி
'அவர் இருக்கிறாரா?' என்று கேட்க
நகைப்பு நீங்கிய முகங்களிரண்டு சமைகின்றன

இதே தெருத் தான்..பெயர் அதேதான்
வசிப்பவர்களில் அவர் இல்லாமலிருக்க வாய்ப்பில்லை
அந்த வீடுமட்டும் தப்பிய காட்சியாய்
வந்தவழியெங்கும் நிறைந்துவிட்டிருந்தது. ❍

44

அதிக தூரம் செல்லவில்லை
பக்கத்துத் தெரு வரைதான்
இடையூறின்றிப் போக வேண்டும்

அடிக்கடி குறுக்கே வருபவர்களைத் தடுக்க
அந்த உத்தியைக் கவனமாக
கையாளப் பழகிக் கொள்ள
இன்னும் பலநாட்கள் ஆகலாம்

கொஞ்சம் வளைந்து வளைந்து செல்கையில்
பிறர் கிண்டல் செய்வாரென எண்ணிக் கொள்ளாமல்
இயல்பான நடைதான் என்பதில்
எந்த சந்தேகமும் ஏற்படக்கூடாது

குறுக்கே செல்பவர்கள் ஒவ்வொருவரும்
சினிமாப் பாடல்வரியை முணுகியபடியே கடக்கும்போது
என்பங்கிற்கு நானும் மேற்கத்திய மெட்டொன்றை விசிலடித்து
அவர்களுக்குக் குறுக்கே வளைந்து
கடந்து போனால் குறுக்கிடுபவர்கள்
என்செய்வார்கள்? ○

45

யாருடைய காலடி இதுவென்று தெரியவில்லை
இடதுகாலடியைக் காணோம்
இருப்பது வலதுகாலடிதான்
ஆனால் அளவில் பெரியதாக உள்ளது

இடதுகாலடியை ஏன் பதிக்கவில்லை?
வேறெங்கேனும் தூரமாய் ஊன்றியிருக்கலாம்
அதிலொன்றும் வியப்பில்லை
அதைத் தேடிச் செல்வதில் ஆர்வமில்லை

பதிலுக்கு எனது இடதுகாலைப்
பக்கவாட்டில் பதிப்பதில் ஒன்றும் தவறில்லை
ஒரே சீராக இல்லாவிட்டாலும்
இடதுகாலடி தானே? யாருடையதாய் இருந்தாலென்ன?

இல்லாதவொன்றினை வேறொன்றால் நிரப்பினாலும்
அதன் பொருத்தம் நிலைத்திருக்காமல் போவது
ஒருபுறமிருக்கட்டும்

பூமியின்மேல் பதிந்தெழுவதில்
பயணத்தின் முதலடியும் இறுதியடியும் அருகருகே
அங்குலம் அங்குலமாகக் காற்றுடன்
சுவடின்றிப் போதலைக் கண்டபின்
அங்கில்லாதவரைப் போலவே நானும்
அங்கிருக்க மாட்டேன். ❍

46

எப்போதும் கழுத்தை மேலுயர்த்தி
வானுச்சியை வணங்கும் அவர்
நேரில் வருவோர் ஒருவருக்கும்
வணக்கமென்று சொன்னது அல்லது
கரங்களைக் குவித்தது
கிடையாது

நான் வணங்கலாம் என்றால்
அவர் நேர்முகத்துடன் வருகையில்
அறிந்தவர் பார்க்காமல்
கடந்ததைக் கவனித்ததால்
அனிச்சையாகவும் கரம்குவிவது நிகழாமல் போனது

இரவுநேரமெனில் சிரம்தாழ்த்தி செல்லுமவர்
கழுத்தை உயர்த்தாமல் தெருவின்
சீரற்ற தரையையே உற்றுப்பார்த்து நடக்கையில்
ஒருமுறையாவது மேல்நோக்கி கரமுயர்த்துகிறாரா
என்று பார்த்தால்
காற்சட்டைப் பைக்குள் கரங்களைச்
சேமித்துச் செல்கிறார்

எனக்கு ஏனோ அவ்வேளையில்
வானுச்சியில் அது தென்படாது போனாலும்
விழிகளை இசைவாய்ச் சாத்தி
உள்ளங்கைகள் கூம்ப சிலநிமிடங்கள் நின்றபடி
முன்னொருமுறை கண்ட நித்திலவட்டத்தை
நினைவு கூர்ந்த பின்னர்
வணங்க மறந்துபோனது. ❍

47

அவ்வப்போது யோசித்துவிட்டு
எதைப்பற்றியென்று குழப்பிக் கொள்வதைவிட
மறந்துவிட்ட ஒருவரை நினைத்துக் கொள்ளலாம்

நெடிதுயர்ந்த கட்டிடங்கள்
அசையும் கிளைகள்
சாலைவிளக்கொளி சொட்டும் இலைகள்
காற்றில் உதிராப் பூங்கொத்துகள்

உன்னுடன் பேச எத்தனித்த
பேருந்து நிறுத்தத்தின் நீள்இருக்கையில்
அமரா நிமிடங்கள்

பார்வையின் தூரப்புள்ளியில்
தோன்றி நெருங்கத் துவங்கும் பேருந்து
யார்வழிக்கானது?

நகர மறுத்து
பதிந்திருக்கும் பாதங்கள்
இடையிடையே பெருகும் விடைபெறல். ○

48

அன்றாடம் பால் சேர்க்காத தேநீரைப் பருகும்
அதே குவளை
மேசைகள் மட்டுமே மாறுகின்றன
வழக்கமான சுவையிலிருந்து எப்போதாவது
வித்தியாசப்படும்

கொஞ்சம் வெம்மைகூடிய குளியல்
பளீர்வண்ண ஆடையுடன்
வெளிக்கிளம்புவதற்கான ஆயத்தத்தில்
நிச்சயம் ஒன்றை எடுக்கத் தவறிவிட்டேன்

அவசியமில்லாப் பொருளை
கவனத்துடன் எடுத்து வைத்திருக்கிறேன்
அதனால் தப்பிதமில்லை
சரியாகத்தான் உள்ளது

இல்லம் திரும்பியதும்
பின்மாலையின் மயக்கத்தில்
எதிரில் அமர்ந்துள்ளவருடன்
பால்சேர்க்கப்பட்ட தேநீரின் சுவையினிப்பில்
துளியும் குறைவில்லை. ○

49

திறக்கப்படாத புத்தகங்களின் மேல்
மேசை விளக்கு வெளிச்சம் படர்ந்திருக்கிறது
பெரிய எழுத்துக்களாலான பெயர்
அறிதலுக்கு உட்படாதவரைக் குறிக்க
நிறையவே வாய்ப்புண்டு

புத்தக முகப்போவியத்தில்
மனிதக் குறிப்பீடு எதுவுமின்றியிருக்க
கோடுகளும் புள்ளிகளும் அகப்படவில்லை
முன்னெழுந்து பின்வாங்கும் அலையின்
இடைக்காட்சி

ஒருமுறை விளக்கை நோக்கி
விழிகளைச் சிமிட்டிவிட்டு
புத்தகத்தைத் தன்போக்கில் திறந்ததும்
இடைவெளி என்ற சொல் பிடிபட்டதும்
அணுக்கம் என உச்சரிக்கையில்
மெய்உரசலில் இருஅலைகள். ❍

50

விழிப்பல்ல
கனவு கலைந்துவிட்டது
இப்போது எதிர்லுள்ளவை எல்லாம்
புலப்படத் துவங்கினாலும்
இமைக்குள் உலவும் காட்சியின்
ஒரு பகுதியில் திரிவது யாரென்று
முழுமையாய் விழித்ததும் புரிந்தது

வேறொருவர் வந்துபோனதின் பதிவுகள்
அகப்படாதிருக்க காரணம் அவரேதான்
எதையும் விட்டுச் செல்லாமல் நழுவியதின்
அந்தரங்கம் பிடிபட
மேலும் ஓரிரு கனவுக் கலைப்பு
தேவைப்படுமே தவிர
நிஜவிழிப்பல்ல

எங்கோ செருகி வைத்திருந்தது
வெளியரங்கமாகும் நேரம்
தயக்கம் கனவுகளாகித் திரள
வரிசையான மென்காலடிகள்.
இன்றைய கண்ணயர்வில். ❍

51

நினைக்கும் அளவிற்கான தாமதத்தைக்
கடைபிடிக்க இணங்காத மனதுடன் வாழும்
என் சாபநீக்கத்திற்கான வருகை
எப்போதென்பதில் அவ்வளவாக நாட்டமில்லை
இறுக்கமான நெற்றி தளர
ஒரு மெய்யல்லாதுபோன தீண்டலுணர்வு
போதுமானது

தவிர்த்திருக்க வேண்டிய பொழுதை
முற்றிலுமாய் அனுமதித்ததின் பயனாய்
வாழ்தல் அப்பாலாகி அழிந்தது
வற்ற மறுக்கும் கசப்புணர்வு
நாளின் நாநுனியில் ஊறிக்கொண்டே இருக்க
யாரும் காணாவிதமாய்
எத்தனைமுறைதான் உமிழ்வதோ? ○

52

மறந்து விட்டதை இனியொரு நாளும்
நீ ஞாபகப்படுத்தும்படியாக நேராது
உள்ளங்கையைப் பார்க்கிறேன்!
ரேகைகளின் நடுவே சிறுபிறை வடிவெடுத்துள்ளது

வீட்டின் வெளிப்புறத்தே
படரிலைக்கொடியின் அடர்த்திக்குப்
பின்னால் தெளிவற்றிருக்கும் சுவரின் வண்ணமாய்
யாரோவாகிப் போயுள்ளேன்!

கிழக்கின் ஒளிர்வில்
இலைகளின் மரகதப்பச்சைக்குள் நெளியும்
நரம்புகளின் உயிர்ப்பில்
வாழ்வின் இந்நேரமாய்ச்
சிறிதும் தொலையாதிருப்பது யார்?

வேறொரு தெருவிற்குள் திரும்பிய நான்
கடந்துவிட்ட தெருவாகிப் போனாலும்
மிச்சமாகி முன்நிற்கும் பாதிதூரமாக நீ!
முன்னும் பின்னும். ○

❖ எஸ். சண்முகம்

53

அவர் சொன்னது மிச்சமின்றி
எனக்குள் கரைந்துவிட்டது
அவரும்கூட சந்தித்த இடத்திலிருந்து
வெகுதூரம் சென்றுவிட்டிருப்பார்
இந்நேரம்

அவர் ஒலித்தவிதம் மட்டும்
செவிக்கருகில் நீங்காதிருக்க
விரல்கள் வானைச் சுட்டியது
மறுபடியும் அவர் முன்நிற்க
எதுவும் விளங்கவில்லை!

மறைந்திருப்பார் அல்லது சொல்லாமல் போயிருப்பார்
என்னிடம் விட்டுச் சென்றதை
மீண்டும் வந்து திரும்பிப்பெற
விரும்பும்போது வரட்டும்

அது என்னிடமும் இப்போதில்லை
நானும் என்விரலால்
அதே வானையே சுட்டிக் காட்ட
தயாராகவே உள்ளேன். ○

54

வேறு எதையோ செய்தபடியே
பேசுவது யாரிடமென அறிந்து கொள்ளாமல்
பலருடன் தொடர்ந்துள்ளேன்
என்ன சொன்னேன்?
அதற்கான பதிலை
யாரும் சொன்னதாக நினைவில்லை

புலப்பட்டாலும் நுண்விவரங்கள் தட்டுப்படாமல் போக
அதீத கவனமின்மையும் காரணமோ என்னவோ?
அன்றி கூடுதல் கவனத்தினாலும்
சிறுவிவரங்களைக் கடந்திருக்க வாய்ப்புண்டு

ஒன்றையும் தவறவிடாது
எந்நேரமும் சலித்துவிடும்படியான
விழிப்புணர்விலிருந்து
தப்பிக்கும் ஒழுங்கின்மையைக்
கடைப்பிடிக்கப் பழகியதும்
ஒருசொட்டையும் மீதம்வைக்காத குவளையாய்
இருத்தலின் லகு
என் நெஞ்சறியும் வண்ணமாய்க் கைகூடினாலும்
பேசுவதைத் துறக்கவியலாது. ○

❖ எஸ். சண்முகம்

55

நேரத்தைக் கொஞ்சம் கூடுதலாகவே காண்பிக்கும்
கைக்கடிகாரத்தைத் திருத்துமுன்
நான் பின்னோக்கி வரவேண்டும்

கழற்றியபின் திருத்த நேரமாகிவிட்டது
எதிர்சுழற்சியில் முட்கள் தற்பொழுதை
அடைந்துவிட்டன

நின்றிருந்தவன் அமர்ந்ததும்
அங்கே தோளுரசிச் சென்ற நீதான்
என்னை அழைத்ததாகச்
சொல்ல விழைகிறது உளம்

இன்னொரு நிழலைக் காலடியில் காணவில்லை
என் நிழலும் வேறு வடிவம் பூண்டுள்ளது
விரல்களில் வேறொரு உள்ளங்கையின் வெம்மை

மீண்டும் கைக்கடிகாரத்தை அணிந்தவுடன் பார்க்கையில்
முட்கள் முன்னும் பின்னும் அல்லாது போக
உடலெங்கும் தகிப்பின் வெளியேற்றம். ○

56

அவர் திரும்பித்தான் அமர்ந்துள்ளார்
நானும் அதே பாணியில்தான்
திரும்பி அமர்ந்திருக்கிறேன்
யாரெல்லாம் பின்புறம் நிற்கிறார்கள்
அது தெரியாமல் இருப்பதே மேல்

முன்னர் கண்ட காட்சிகளில்
உலவிக் கொண்டிருந்த சிலர்
இப்போது வெறெங்கோ பெயர்ந்துவிட்டனர்
அவர்களுடன் உரையாடுவதை
இப்போதும் நான் நிறுத்திக் கொள்ளவில்லை

இவையெல்லாம் எங்கே நிகழ்கின்றன?
நிகழ்விடம் முக்கியமல்ல என்ற குரலின்
எதிரொலி ஒருபுறம்
முன்னோக்கி அமர்ந்திருக்கும் சுவரில்
ஒரு மலையின் முகட்டை வெறித்து நோக்குபவர்
எப்போது என்பக்கம் திரும்புவாரோ? ○

❖ எஸ். சண்முகம்

57

கருப்பு வண்ணத்தை வெள்ளையிடமிருந்து
பிரித்தெடுத்த பின்
அதை என்னிடமே
வைத்துக் கொள்வதைக் காட்டிலும்
கரைத்துவிடலாம்

வெள்ளை வண்ணத்தை என்ன செய்வதென்று
யோசியாமல்
அதை மறந்துவிட வேண்டும்
யாரிடமும் அதைப்பற்றிப் பேசாமல் தவிர்ப்பதே
சமயோசிதமானது

இனி
வண்ணங்களைப் பிரிப்பதும் கரைப்பதுமாக
நாட்களைக் கழிக்க வேண்டியதில்லை
குறிப்பாக எதையும் வித்தியாசப்படுத்துவதைக்
கைவிட்டதும்

அதே கருப்பும் வெள்ளையும்
விழிப்பும் துயிலும்
இரவும் பகலும்
இரண்டற நினைவினுள் கனவாகி
இருவேறாகி
ஒன்றாகும். ○

58

பின்னோக்கி நடப்பதும்
அகல விழிகளைத் திறந்திருப்பதும்
பேசுவதற்கான விழைவின்றி இருத்தலும்
வேறு எதோவென்று குழப்பிக் கொள்ளும்
அளவிற்கு
நான் இன்னும் மாறவில்லை

இடறலுக்கு பழகிக் கொண்டுவிட்டன
என் அன்றாடங்கள்
நேரடியாக இல்லாவிடினும்
எனக்கானவை ஒவ்வொன்றும்
வெவ்வேறு கோணங்களில் எதிர்பாராதவாறே
நடந்தேறுகின்றன

மூடப்பட்டுள்ள சாளரத்தின் கண்ணாடிச் சதுரத்தில்
தென்படும் உருவக்கடத்தலாய்
அடுத்தநாளும் இப்போதே புலனாகிறது
நிலைக்கண்ணாடியைத் தேடும்
என்னுருவின் வேட்கையாகிலும்
பிரதிபலிப்பில் தாற்காலிகமாக தணியட்டும் ❍

59

கேட்போரெல்லாம் கலைந்து சென்ற பின்னரும்
அதே இடத்தில் அமர்ந்தவாறு
கதைசொல்லித் தீர்க்கிறார்
எதிரில் எண்ணற்றோர் குழுமியுள்ளனர் என்று
நம்பும்படியாக !
குரல் வெகுதூரத்தை எட்டமளவிற்கு
சத்தமிடுவதை நிறுத்தவில்லை

சுற்றிலும் எதிரிலும்
பெருங்கூட்டம் கவனிப்பதாய் எண்ணி
ஆள்காட்டி விரலை உயர்த்தியும் தாழ்த்தியும்
தன்னையும் முன்னுள்ள வெற்றிடத்தையும்
சதா சுட்டிக் குரலெழுப்புவதை விடவில்லை

கேட்போரற்றுப் போனபோதும்
அவர் தொடர்ச்சியாகப் பேசுவதின்
சுயஅவலத்தை எடுத்துரைக்க
அருகில் ஒருவரேனும் வேண்டுமல்லவா?

தன்னையே மேடையாக்கி எதிரிலும் சுற்றிலும்
தானே அமர்ந்து ரசிப்பவருக்கு
வியாபிக்கும் பெரும்நகைப்பொலி கேட்காமல் போவது
ஒன்றும் அதிசயமல்ல. ○

60

நெருக்கத்தில் பேசிய சொற்களின்
சுவடுகளெல்லாம் அழிந்துவிட்டன
விலகலின் சமிக்ஞைகள் இன்னும் தோன்றாமல் உள்ளன

முன்வெளியான பாழில்
நின்னுள் புள்ளியாகிவிட்டேன்
கேட்கத் தூண்டிய குரல்
தொலைந்த துடுப்புகளுடன் தத்தளித்திருக்க

வீசியடிக்கும் காற்றின் உப்புப்படிவுடன்
மணலுக்குள்ளிருந்து மீண்டு
மறுபடியும் புதைகின்றன பாதங்கள்
மலர்ச்சியின் முதலிதழ் விரிதலை
யார் தூண்டினாலும்

தொடரும் அடுக்கடுக்கான நறுமண அலையினில்
உடல்கள் இழக்கும் முதலுணர்வை
மீட்கும் கரை எங்கோ? ○

61

தூரிகையினால் எங்கு தொடுவது?
காட்சி முழுமையடையாமல் போய்விடலாம்
அவ்வாறே இருக்கட்டும்
நினைத்தபடியே நிறைவேறாமல் போனதற்கு
பின்னணியில் எதுவுமில்லை

நிர்ணயமில்லாத விரல்களின் கட்டற்ற
சுழலலில் நேர்ந்துவிட்டது
இன்னும் துல்லியத்துடன் தீட்ட எண்ணியதில்
வடிவத்தின் மீதான நாட்டம்
வண்ணத்தில் தொலைந்துவிட்டது

அறைக்குள்ளும் வெளியேயும்
என்வசமிழந்து நிகழும் வாழ்வின்
முடிவுறா ஆக்கத்தின் புள்ளியென்பது
தன்னையறியாமல் தூரிகையை
விலகிக் கொள்ளும் நொடிதான். ○

62

இம்முறை நேராக அல்லாமல்
தலைகீழாக நின்று பேச ஆரம்பிக்கும் தேவதையிடம்
போனமுறை பேசிய தொனியிலேயே பேசுகிறேன்
அவ்வபோது தேவதையின் விரிந்து மூடும்
சிறகுகளின் வித்தியாசமான காட்சி
அதிகமாய் என்னை வசப்படுத்துகிறது

நான் மட்டும் விழிகளைச் சிமிட்டுவதை
தேவதை சிமிட்டாமல் பார்த்தபடியே இருக்க
நகைக்கத் துவங்கி நெருங்குகையில்
என் மேலுதட்டிற்கு நேர்கோட்டில்
தேவதையின் கீழ்உதடு கச்சிதத்துடன்
பொருந்தும்படி உள்ளது

போனமுறையைக் காட்டிலும் தலைகீழ் நிலையில்
அதீத இணக்கத்தைத் தேவதையும்
சுகித்திருக்க வாய்ப்புண்டு
அதனால்தான் என்று எண்ணும்படியாக
என்னை அவ்வப்போது உரசிச் சீண்டுகின்றன
தலைகீழ் சிறகுகளின் ஓரங்கள்

அடுத்தமுறையும் இவ்வண்ணமே தோன்றுவாயென
விண்ணப்பிக்க நினைக்கையில்
அரைவட்ட சுழற்சியில் நேராகிவிட்ட
தேவதையின் முன்னே
நான் எக்கோணத்தில் நின்றிருக்கிறேனோ?
ஒருவேளை தலைகீழாக
மாறியிருந்தாலும் பரவாயில்லை

மீண்டும்
இத்தேவதை தலைகீழாய் தோன்றுவதற்குள்
இன்றுதிர்த்த அதன் இறகுகளின் சேகரத்துடன்
நான் நேராகிவிட வேண்டும். ○

63

கேட்சுவர்களில் மீண்டும் விரும்பாத அமைதி ஊர்ந்து வருகிறது
இதுவொன்றும் விநோதமல்ல
விதவிதமான சத்தங்களின் கோர்வைகள்
வீதிகளில் இருந்து மங்கிவிடும்

மீண்டும் அறைகளில் மாதங்கள் தேங்கத் துவங்கிவிடும்
வடிந்துசெல்ல மேலும் சிலமாதங்களென
நாட்களைத் தேடியலைய வேண்டும்
எண்ணிச் செலவழித்துவிட்ட உணர்வுகளை
இனி கணக்கிடுவது பாழாகும்

விளக்கின் அருகில் நகராதிருக்கும் பல்லி
சுவரில் மாட்டப்பட்டிருக்கும் படங்களில்
எந்தப் படத்தின் பின்புறத்தில் மறையுமோ?
வீட்டில் யாரும் அமராத மூலையை
யார் கவனிக்காது போனாலும்
இன்னொருவர் என்னை இயல்பாய்க் கூப்பிடும்வரை
நானங்கு தான் அமந்திருப்பேன். ❍

84 ❖ எஸ். சண்முகம்

64

பிம்பமற்ற நீரின் மேற்பரப்பை
ஆள்காட்டி விரலால் கலைக்க
பழுப்புநிற நாளேட்டின் காகிதத்துண்டு
வாளியின் கீழோட்டத்திலிருந்து மேலெழுந்து
அமிழ்ந்தாட

சட்டையை அவிழ்க்கையில்
ஆடியிடமிருந்து விலகிச் சென்றாலும்
உடல்நிறம் அறையெங்கும் பரவி வடிய
தாளாவியலாப் புழுக்கம் எங்கிருந்து நேர்கிறது?

முன்னும் பின்னும் கைகளை வீசியபடி
அரைநடன லயத்தில் கால்களைச் செலுத்தி
உவப்பற்ற இந்த அமைதியைத் துறக்க
முன்யோசனையின்றி நடந்துவிட்டு வரவேண்டும். ○

65

நீளும் கரங்கள் ஒவ்வொன்றிலும்
துளைகள் இல்லாமலும் இருக்கலாம்
எல்லோருள்ளும் சுரக்கும்
கருணையின் துளிகளை
உள்ளங்கைகளில் காண முடிகிறது

அடக்க முடியாத அலறலை
வெளியேற்றாமல் விழுங்கும் குரல்வளையைத்
தளர்த்திக் கொள்ள வேண்டும்
அருகிலும் தொலைவிலும் உள்ளவர்கள்
வேறுபக்கம் திரும்பி நின்றிருக்கின்றனர்

அதிதுரிதமாய்க் கடந்துசென்றுவிட
நினைத்த போதும்
நின்றிருக்கும் இடத்திலிருந்து
மீள்வதற்கான பாதை தெளிவற்றிருப்பினும்
முன்னே சில பாதங்கள் சுமையூன்றி
சுவரில் தொங்கும் சட்டகத்தைக் கடந்திருக்கின்றன. ❍

66

நானறிந்த வகையில் தாழ்குரலில் பேசினாலும்
எதிரொலி அதிகமாய்க் கேட்கிறது
சுற்றிலுமுள்ள சுவர்கள் பாறைகளாய் இறுகிவிட்டிருக்கின்றன

இருப்பிடம் குகையல்ல
நானும் தனிக்குரங்கல்ல என நன்றாகவே தெரிந்தாலும்
வெற்றிடங்கள் முன்னே தோன்றி
வெகுநேரம் மறையாமல் தொடர்வதை
நிறுத்த வேறெங்கு செல்வது?

மேலே வேகமாய்ச் சுழலும் மின்விசிறியின்
இறக்கைகளைப் பார்க்கையில்
யோசனையின் துரிதம் குறைந்து வருகையில்
சுவர்கள் எதிரொலிப்பதைக் கைவிடுகின்றன. ○

67

கவ்வும் நள்ளிரவின் வண்ணத்தை
சற்றே கரைக்க எதையாவது செய்தே தீரவேண்டும்
நேரெதிரான வண்ணத்தில்
ஒரு குழல்வடிவ வெண்பூவை
அதன் நீள்தண்டுடனும் இலைகளுடனும்
மனக்கண்முன் உருவகித்து தீட்டிவிட்டால்
கண்ணயர்தல் தானாகவே நிகழ வாய்ப்புண்டு

இருத்தலின் திரைக்கு முன்னும் பின்னும்
யாருமே தட்டுப்படவில்லை
விலகும் திரையின் எண்ணற்ற மடிப்புகளில்
ஒன்றாக இதுநாள்வரையில் இருந்திருப்பேன்

ஒளியடையும் தருணத்திற்கான இடையறாத
காத்திருப்பில் தப்பிய சிறுநாழிகையாகி விட்டேன்
தவறிய வாய்ப்பின் உணர்தலுக்கான
மீள்நிகழ்தல் தோன்றும்வரை

நிலவின்றிப் போனாலென்ன?
தாரகைகளின் தனித்தனி மினுங்கல்களுடன்
தன்னிழத்தல் தொடர

சுயமொழிதலின் பித்துடன்
இறுகிய நள்ளிரவின் அடர்த்தியை
விழிப்பிலும் துயிலிலும்
எழில்முகமொன்றில் ஊடாடிக் கரைத்தபடியே இருப்பேன். ❍

68

இதை என்னிடமே கேட்டுக் கொண்டாலும்
அடுத்து மறந்துவிட்டேன்
ஒவ்வொன்றையும் என் கவனமாக்கிக் கொள்வதின்
பாரத்திலிருந்து விலகிவிட வேண்டும்
இவ்வேளையில் நீ சொன்னவை
துளியும் மறக்கவில்லை

பூச்சு உரிந்திருக்கும் சுவரின் பகுதியையே
உன்னித்துப் பார்ப்பது நானறிய நடக்கவில்லை
நகைக்கக் குவிந்த அதரங்கள்
மறுபடியும் தளர்வதின் இரகசியம்
எனக்குப் பிடிபடவில்லை
அதைக் குறித்து நீயும் சிந்தியாதிருப்பது மேல்

பாதி கடந்துவிட்ட பாலத்தின் நடுவில் நின்றவண்ணம்
நடக்கத் துவங்கிய முனையையும்
கடக்கப்போகும் எதிர்முனையையும் பாராமல்
கால்களையும் தரையையும்கூட கவனியாது
தொடரும் என்னை நீ
எங்கிருந்து காண்பாய்? ○

69

சத்தம்எழுப்ப
கையில் கிடைக்கும் பொருளை
தவறுதலாக அல்ல
அறிந்தே கீழே தவறவிடுகிறேன்
எதிர்பார்த்த அளவிற்கு இல்லையெனினும்
கவனம் சிதற ஏதுவாகவே உள்ளது

ஆழ்ந்துவிடுமளவிற்கு முக்கியமாய்
எதுவும் பீடிக்கவில்லை
ஒருமுறை வீட்டின் உட்பக்கமிருந்து
வாசல்கதவின் தாழ்ப்பாளை திறந்து
சிலநொடிக்குள் மறுபடியும் தாழ்ப்பாளிட்டு
கதவைப் படாரென சாத்திவிட்டு
கூடத்து விளக்கு எரிவதைப் பார்க்கிறேன்

கணினியில் ஏற்கனவே இசைத்துக் கொண்டிருந்த
ரியுச்சி* சகமோட்டோவின் வெட்டுக்கிளிகள்
இசைக்கோர்வையின் ஒலியளவைக் கூட்டி
செவிமடல்களைத் விரல்களால தட்டிய பின்னர்
எனக்கு உவப்பான வெளிர்பச்சை
உறங்கும் கணினித்திரையில் பளீரிடுகிறது

எதையோ சுண்டிவிட தவறிவிட்ட
நிறைவின்மை தோள்மீதேறி அமர
உடலைச் சட்டென குலுக்கியதும்
தரையில் வீழ்ந்த வெட்டுக்கிளியின்
வெளிர்பச்சையுடலின் நிழல்நகர்வில்
முடிந்து இசைக்கோர்வை மீளொலிக்கிறது. ❍

*(*Ryuchi Sakamoto & Grasshoppers)*

70

ஒன்றுமில்லை என்றொரு குரல்!
அதை நம்புமுன்
'எல்லாமிருக்கிறது தெரியுமா?' என்கிறது என்குரல்

எழுத்துக்களுக்கு பதிலியாக எண்கள் நிரம்புகின்றன
சொற்களின் சேர்க்கையற்றதால்
சொற்றொடர்கள் சம்பவிக்காமல்
எவ்வளவு வெண்மையாய்க்
காட்சியளிக்கின்றன எனக்கான பக்கங்கள்!

அலைகளின் சுருக்கமும் விரிவுமற்ற
நடுஆழியின் நீர்வண்ணம்
அங்குமிங்குமாக தள்ளாடும்போது
எனக்குப் பிரத்யேகமாக எதையும் விவரிக்கவில்லை

அவ்வாறாக
இவ்வாறாக
என்றிராத இந்நிலை
எழுதுவதற்கான தருணமா?
எதற்கு விரல்களை இம்சிக்க. ○

71

நீராடும் சத்தம் எங்கிருந்து வருகிறதோ
அதே இடத்திலிருந்துதான்
நான் உபயோகிக்கும் சோப்பின் வாசமும்
நாசியில் தவழ்கிறது

ஆடைகள் குளியலறையின் கதவில் தொங்குகின்றன
உள்ளே இருந்து வெளிவருவது நானல்ல
என்னுடன் மறைவேதுமின்றி
பழகியவர் போலவேதான் தோன்றினாலும்
இனங்காண்பதில் சற்று தடுமாற்றமாக உள்ளது

இடது கழுத்தின் அருகருகே
இரு மச்சங்கள்
எம்மாற்றமுமின்றி உள்ளன
தலை துவட்டக் குனிந்து நிமிர்கையில்
கதவின் வெளிப்பக்கத்திலிருந்து
எனக்கும் இன்னொருவருக்கும் நடுவில்
சொட்டும் நீர்த்துளிகளாய்
இருபெயர்கள் இணையாக ஒலிக்கின்றன. ❍

72

சுற்றிவர அறையின் நான்கு மூலைகள்
ஒவ்வொன்றும் தெருவின் திருப்பங்களாகின்றன
நீலப்பரவல் புலப்படாவிட்டாலும்
மேற்புறம்அவ்வளவாகத் தொந்தரவு செய்யாத வண்ணம்தான்
தார்ச்சாலையின் கருமை விடுபட்டுப் போயுள்ளது

நேரில் உரையாடாவிட்டாலும்
கைபேசியில் குரல் அசலாகவே ஒலிக்கிறது
குறிப்பாக நகைப்பொலியில் வித்தியாசமில்லை
அணைக்கப்பட்டிருக்கும் தொலைக்காட்சி
இல்லத்தை இளைப்பாற அனுமதிகிறது
கணினியின் விசைப்பலகையில்
ஒத்திசைவான சத்தம்

கைக்கடிகாரத்தை பார்க்கத் தவறியது
எத்தனை மணிநேரமோ கணக்கிட இயலவில்லை
இப்போது விளக்குகள் உயிர்க்க
அடுத்தடுத்த வீடுகளின் சாளரங்களின் கண்ணாடியில்
அறிந்தவர்களின் நடமாட்டம் தென்பட

ஒருசில மணிநேரத்தில் விளக்குகள் அணைந்துவிடும்
இரவுநேர விளக்கின் மங்கலான தொடர்ச்சியுடன்
இயற்கையொளி சூழும்வரை
பேசாமால் உலவிய நிறைய பேர்கள்
விழித்தலின் முதல் இமைப்பில்
மொத்தமாக விடைபெறுகின்றனர். ❍

73

அருகில் யாரும் நடப்பதற்கான வாய்ப்பற்று இருக்கையில்
கூப்பிடா விட்டாலும் திரும்பிப் பார்ப்பதை
இப்போது பிழையென்று கருதமுடியாது

நாற்சந்திகளில்
ஆரஞ்சு விளக்குகள் யாருக்காகவும் அன்றி
தனக்கெனவே சிமிட்டிக் கொண்டிருக்கின்றன போலும்

அடுக்குகளாகப் பெருகியுள்ள
தூசுப்பிடிப்பும் கைப்பிடிகளில் தொங்கும் ஒட்டடையுமிருக்க
இருசக்கர வாகனத்தின் பதிவு எண்பலகையிலுள்ள
எண்களை ஒவ்வொன்றாகக் கடந்து செல்கிறது
சிறுசிலந்தி. ❍

74

யாரிடமிருந்து பெற்றதோ
இந்த எதிர்மறை நடத்தை
நகைக்க வேண்டிய நேரத்தில்
மறுப்பதும்
அமைதியான பொழுதில் ஆர்ப்பரிப்பதுமாகச்
செல்கின்றன நாட்கள்

சகஉயிரியை மனத்தடையின்றி
தொட்டுணர்வதும்
என் வியர்வையைத் தவிர
வேறொருவரது உடல்ஈரம்
சமீபத்திய நினைவில் இல்லை. ○

75

சுற்றிலும் அதீதமாய்ச் சத்தங்கள்
இல்லாது போனது
கவனம் தவறும் நேரத்தைப் பற்றி
யோசிப்பதை முழுமையாய்த் தவிர்த்துவிட விரும்புகிறேன்

எல்லோரம் துயில்விரும்பி மின்விளக்குகளை
அணைத்த பின்னரும்
அறையில் காரணமின்றி விரவியிருக்கும் வெளிச்சம்
பழக்கப்படாத ஒன்றாக மாற்றமடைவதைத் தடுத்து
நிறுத்த என்னால் முடியவில்லை

இருள்விரும்பி மின்விளக்கை அணைத்துள்ள
அடுத்த அறைக்குள் புகுந்தாலும்
இந்த உபரியான ஒளியின் துறத்தல் நிற்கவில்லை

தேவையிலா இருட்டும் ஒளிர்வும்
அருகருகே உள்ள அறைகளாகிவிட்டன
இரண்டிற்கும் நடுவில் நிற்கும்போது
நிழல் விழுமோ என்னவோ. ❍

76

ஓரிரு கோடுகள் வசப்பட்டிருந்தால்
முழுமை பெற்றிருக்கும்
தீட்டிக் கொண்டிருந்த நிலப்பரப்பின் வரைபடம்
இப்போது நான் எண்ணியதில்
ஒருபகுதிதான் தெளிவாக உள்ளது

நதிகளைக் குறிப்பிட சற்றே பருத்திருக்கும் நாளங்கள்
மலைகளைச் சுட்ட ஏற்ற இறக்கமாய் வளைக்கோடுகள்
வனங்களுக்கு தருக்களின் செழும்பச்சைப் படர்வு
கிழக்கிலும் மேற்கிலும் இருவட்டங்களைச் சுழித்துவிட்டதும்
வானூடுருவும் அடுக்குமாடிக் கட்டிடங்களைப்
பற்றிய எண்ணம் எழவில்லை

இடையிடையே பறவைகளின் மிதத்தலைச் சொல்ல
பல்வண்ணச் சிறகுகளின் வடிவ விளிம்புகள் போதும்
மிருகங்களின் காலடித் தடங்களை
பூமியில் இட்டுவிட்ட பின்பு
இனி என்னையோ வேறுயாரையோ
நினையாதிருப்பதே மேல். ❍

77

என் பார்வையில்
முன்னால் நடந்து செல்வது நீதான்
இருப்பினும் உறுதி செய்துகொள்ள
உன்னைக்காட்டிலும் வேகமாய் நடந்தால்தான் முடியும்

உன்னைக் கடந்து சில அடிதூரத்தில் நடந்தவாறே
வேறெங்கோ பார்ப்பதாக காட்டிக்கொண்டு
திரும்புகையில்
நீயல்லாது போனால் இத்துரிதம் வீணிலழியும்

கடக்கத் தயங்கும் இடைவெளியின் கணக்கீடு
இழந்த வயதின் நரைஅளவே என்றாலும்
பிடிப்பை தானாகவே தளர்த்திக் கொண்டது
இளமைக்காலம்

முதுமைக்குள் நுழைய விருப்பின்றி
தெருமுனையின் இரு திருப்பங்களை
நெருங்கும் போதெல்லாம்
நடுத்தர வயதின் மனோமயக்கத்தில்
எத்தனை முறைதான் நிலையிழப்பதோ? ❍

78

சொல்லிக் கொள்ள சாகசங்கள்
ஒன்றுகூட இல்லை என்னிடம்
தப்பிதமாய் நிகழ்ந்த கேலிச்சம்பவங்கள்
ஒன்றிரண்டில் கொஞ்சம் வீரத்தையும் கலந்து கொண்டால்
கேட்பவர்கள் உற்சாகத்தால் சந்தேகிக்க மாட்டார்கள்

எதிரிகள் இல்லாவிட்டால் என்ன?
சூளுரைக்க கூர்வாசகங்களை ஏராளமாய்
புனைந்து வைத்துள்ளேன்
அதைப் புரவியின்மீதமர்ந்தபடி பிளிறலாக்கிக் கூவினாலும்
உங்களில் யாருமே கண்டு கொள்ளாமல்
இருக்கிறீர்கள்
அதனால் எனக்கொன்றும் நட்டமில்லை

கனவுப் பிதற்றல்களை இயல்புப் பேச்சாக்கி
என் அன்றாட பேச்சின் சொற்களை
சங்கேதமானதாக்கிவிட்டேன்
மிகையையே வாழ்தலுக்கான
யதார்த்தமாய் வரிப்பதைத் தவிர
மாற்று என்று கூறவோ காண்பிக்கவோ
என்னிடத்தில் எதுவும் கிடையாது. ❍

79

கழற்றி வைக்கப்படுள்ள மூக்குகண்ணாடியின் மேல்
மேசை விளக்கொளி
கைநீட்டினால் எடுக்கும் தூரத்திலுள்ள
புத்தகத்தை வாசித்து நிறுத்திய பக்க எண் ஞாபகமில்லை

ரொம்பவும் பிடித்த வண்ணத்தில் செருகப்பட்டுள்ள
பக்கக்குறியை மூடுமுன் வாசித்த
அவன் பெயர் நிழலாட

எல்லோரும் அயர்ந்துவிடும் தருவாயில்
தான் மட்டும் உலகைக் கண்காணிக்க
விழித்திருப்பதாகக் கூறியவனின்
ஒற்றைநாடி உருவமுரண்
நகைப்பின் விநோதத்தைக் கூட்டுவதைத்
எப்படி தவிர்க்க?

வாசிப்பதையெல்லாம் வரிக்கு வரி காட்சிப்படுத்தி
என்னையே புத்தகத்தில் வருபவரின் இரட்டையாக்கிக் கொண்டு
ஒரு துணிகரமானவனாக ஒப்பனையிட்டு
இரவெல்லாம் மிடுக்காய் நிமிர்ந்து அலைகிறேன்

எதிர்கொள்ள அதீதர்களின் வருகைக்கு காத்திருந்த ஆயாசத்தில்
அவன் பெயரிலிருந்து மீளாமல்
புத்தகத்தின் மீதே கவிழ்ந்திருக்கிறேன்
என் பெயரைச் சொல்லி
என்னைத் தட்டியெழுப்ப ஆளின்றி. ❍

80

எனக்கு நேர்ந்ததெல்லாம்
வேறொருவருக்கு நேர வேண்டியவையாக
இருக்க வாய்ப்புள்ளது
உடனொருவர் இருப்பதால அவரிடம்
இவ்வாறு என்னால் சொல்ல முடிகிறது

அவர் ஆமோதிக்காமல்
அவருக்கு நேர்ந்ததில் என் பங்கைப் பற்றி
விவரிக்கத் துவங்கிவிடுகிறார்
இருவரது அவரேகைககளும்
கைமாறிவிட்டன போலும்

பரிதாபத்தின் நுனியிலிருந்து துவங்கும்
இயலாமையின் வெற்றுவெளியில்
ஒருவர்பின் ஒருவரென முன்னும் பின்னுமாக
அவ்வப்போது மாறிச்செல்கிறோம்
எதற்கும் நாம் பொறுப்பில்லை என்றபடியே

முன்னின்று வெருட்டும் எல்லையின்மைக்குள்
புகைந்து போகிறது
கடந்துவிட்ட பாதையில்லா தூரம்
நடையிடும்போது இருகால்களுக்கிடையே
தொடரும் இடைவெளியில் மாறுபாடுகள் நிகழாதவரையில்
எதற்கான காரணங்களையும்
ஊன்றிக்கொள்ள அவசியமில்லை

ஒவ்வொன்றுக்கான காரணங்களுக்கு
இணங்காது மறுதலிப்பது
நமக்கான குணாதிசயமாகும் முன்னர்
நாமாகவே ஒரு கேலிச்சித்திரத்தின்
சட்டகத்தினுள் புரவியும் கழுதையுமாக
இடம்பெற்றுவிடுவதே நல்லது. ○

81

இதுவரை கேட்டறியாத குரல்
ஓசைகளில்லா பொழுதாக வந்தடைகிறது
சொல்ல நேரிட்ட எல்லாவற்றையும் சொல்லுமுன்னரே
இழையறுந்து போனது

இல்லத்துள் அமர்ந்திருக்கையில்
பல கதவுகளுக்கு அப்பக்கமாக விரைந்துவிடும்
இருசக்கர வாகனங்களின்
ஒலிப்பான்கள் அடங்கிய பின்னர்
நன்கறிந்தவர்கள் பேசிச் செல்வது
என்னவென்று புரியாவிட்டாலும்
செவியடையும் குரலிதமோ அத்தகையது

இருக்கையைவிட்டு எழுந்து வாசலுக்கு வந்தாலும்
கடந்துவிட்ட ஏழுநங்கைகளின் முகங்களைக்
காணத் தவறுவதே இயல்பாகிவிட்டது
விளக்குக் கம்பத்தின் கீழ்வட்டத்தில்
தேங்கியுள்ள தெளிவின்மையை விரட்டுவோர் யார்?

சற்று அப்பால் தென்படும்
விளக்கு கம்பத்தின்மேல் அமர்ந்திருக்கும்
இதுநாள் வரை பார்த்திராத பருமனான பறவையின்
விழிகளில் மாறி மாறி உருளும்
பகல் இரவு

விளக்குக் கம்பத்தின் கருநீல மேல்வெளியில் படர்ந்துள்ள
சொல்லாமையின் அடர்த்தியைக் காண்கையில்
என்னுள்ளிருந்து வெளிவராத ஏழு பெயர்ச்சொற்கள்
ஒவ்வொன்றாகப் பெயர்ந்து
அங்கு பதிந்து சிமிட்டத் துவங்குகின்றன. ❍

82

மீண்டும் சிறகுகளை உதறிவிட்டு
சாளரச் சட்டகத்தின் மேல் அமைதியிலாழும்
காகத்தின் கண்களில்
எதிரிலுள்ள கட்டிடத்தின்
ஆட்களில்லா பால்கனி பிம்பம்

கொஞ்சம் துரிதமாய் கடந்துசெல்லும்
சிட்டுக்குருவிகளின் கூட்டம் பறத்தலின் வளைவு
இருகட்டிடங்களுக்கிடையில் எஞ்சியுள்ள வெளிவழியே
காண வாய்க்கிறது

இன்று நாய்களின் நடமாட்டமும்
முன்போல் இல்லை
மேகத்தை நோக்கி முகமுயர்த்தும்
விருப்பமும் அற்றுவிட்டது

சுவரைப் பற்றியிருக்கும் பழம்பூச்சும்
மீதமுள்ள பாசியின் வறட்சியான உதிர்வும்
திறக்கும் ஒவ்வொரு முறையும்
ஒலிப்பதை நிறுத்திக் கொள்ள மறுக்கும்
வாசல்கதவிலுள்ள கீல்களின் உராய்வுச் சத்தம்
கடைசியாகப் பெயர்ந்தவர்களின் பேச்சொலியை
புதிதாக வசிக்கத் துவங்குபவர்களுக்குப் பரிமாற

விடைபெற்றுச் சென்றவர்களில் யாருடையதோ
அந்த இருவிழிகள் மட்டும்
பூட்டிய வாசல்கதவின் அண்டையில் தங்கிப்
பலநாட்களாகிவிட்டன போலும். ❍

83

முன்னால் வட்டமிடும் பாணியில்
ஒருவர் தன் நடையை திடீரென்று மாற்றிக் கொண்டார்
அவரைத் தொடர்ந்து நானும்
தயக்கமின்றி வட்டமிடப் பயின்று கொண்டேன்

இதையே பிறரும் தொடர்வார்கள்
என்று சொல்லவியலாது
அவ்வாறு முன்யோசனையின்றி செய்வதால்
உடலெங்கும் பரவும் நூதனவுணர்வை
பூரணமாய் அனுபவிக்கலாம்

நேராகச் செல்வது
பின்னால் திரும்பிப் பார்ப்பது
எப்பக்கம் திரும்பிச் செல்லலாம் என்பதெல்லாம் இன்றி
விருப்பப்படி தன்னியல்பாய் வட்டமிடுவது
எவ்வளவு இயல்பூக்கமானது?

அன்பிற்கினியவர்களைப் பார்த்தவுடன்
புருவத்தை உயர்த்தத்தான் முடிகிறதே தவிர
முகக்கவசத்திற்குள் சம்பவிக்கும்
நகைப்பின் அகமலர்ச்சி மடிவதைவிட
இப்படி பிறழ்நடையிடுவது உற்சாகமானதுதான்

இல்லத்திற்குள் நுழைந்தபின்
முகமூடியை அகற்றினாலும்
இழந்த துள்ளலான எதிர்கொள்ளல்களை
என்றுதான் மீட்பதோ? ○

84

அந்த சத்தத்தைக் கேட்கையில்
நிறமொன்று ஞாபகத்தின் மேல் பரவுகிறது
வெண்மைக்கும் கருமைக்கும் இடையிலான ஊடாட்டம்
தெளிவதும் மீண்டும் புகைவதுமாகித் தொடரஞ்.

பெருங்கூட்டத்தின் ஓரத்தில் நின்று
நடுவில் உள்ளவர்களை நோக்கி
என்குரல் உச்சரிக்கும் சொல்
யார் பெயரையும் குறிக்கவில்லை

விசைச்சுழலின் ஈர்ப்பிற்குள் சிக்காமல்
எப்படியாவது அங்கிருந்து நகர்ந்துவிட வேண்டும்
அருகிலுள்ளவர்கள் ஏராளமென்றாலும்

ஒன்றெனும் இழையறுபட்டுப் போனதை
எடுத்துரைக்கும் சொல்லை
அசைவாடிச் செல்லும் கூட்டத்திற்குள்ளிருந்து மீட்க
அதன் ஓரத்திலிருந்து எழும்
என் ஒருவனது குரல்சத்தம். ○

எஸ். சண்முகம்

85

கடந்துவிடும் நொடியின் அதிர்வை
இழந்ததைக்கூட அறியாமல் போனேன்
அலையெழுதலின் வீழ்தலுக்காக நீயும் காத்திருக்க

துளியும் உவர் குறையாமல்
நுரை எஞ்சிய கரையில்
ஆழியின் எதிர்திசையில் அழைப்பொலி எழ

நின்றிருக்கும் போதே கடந்துவிட்டேனா
அல்லது இழுத்துச் செல்லப்பட்டேனா
கால்விரல்களுக்கிடையில் உடையா நுரைக்குமிழ்கள்

கண்டுபிடிக்க வேண்டியவரையும்
அவரது வீட்டையும்
பார்க்காமலே தாண்டிச் சென்றதை

தாழிடப்படாத முன்வாசல்கதவின் வழியே
ஆட்களின் தென்படுதலில்
உதிர்கின்றன உவர்த்துகள்கள். ○

86

திறக்கும்போது சாவியின் மீதிருந்த கவனம்
திறந்ததும் வழக்கமாக வைக்கும்
இடத்தின் மீதான கவனம் வழுவிவிட
இதுவரை பயன்படுத்தாத மாடத்தின்
மூலையில் வீசியதும்

மின்விசிறியின் ஓட்டவேகத்தில்
கலைப்பின் ஈரம் மெல்ல உலர
முன் அறையிலுள்ள குழல்விளக்கின் துலக்கம்
மற்ற அறைகளின் இருளமைதியை
லேசாகக் கலைத்தாலும்
படர்ந்திருக்கும் பதட்டமின்மையின்
சுகத்தைத் துய்க்க உள்ளே நுழைந்ததும்
குழல்விளக்கின் வெறுமை பூத்திருக்கும்
வெண்மை விலகிச் செல்ல

சாவியின் வடிவம் என்னைவிட்டுவிட
இப்போது பூட்டாத கதவைத் திறக்கும் சத்தம் கேட்கிறது
திறக்க எல்லோரிடமுமுள்ள சாவிகளின்
எண்ணிக்கையைக் காட்டிலும்
விசாலமாய் விரிந்துள்ள கதவுகளின் எண்ணிக்கை
மிகையானதே. ○

❖ எஸ். சண்முகம்

87

அவர் முன்னால் பார்த்தபடி அமர்ந்திருக்கிறார்
நானோ எதிரில் நடந்து செல்கிறேன்
முகத்தில் எவ்வித எதிர்வினையுமின்றி இயல்பாகவே
காட்டிக் கொண்டாலும் கொஞ்சம்
பதட்டமிருக்கவே செய்கிறது

பெயர்சொல்லி அவர் அழைத்துவிட்டால்
எத்தகைய முகபாவத்தைத் தருவித்துக் கொள்வது?
எங்கோ ஆழ்ந்திருந்ததாய் அவரை நம்ப வைக்க வேண்டும்

நம்பிவிட்டாரா என்று உறுதி செய்ய
விடைபெறும் தருணத்தில்
எனக்குமுன் அவர் புன்னகைக்கிறாரா என்பதைப் பொறுத்தது
அடுத்தமுறை என் நடையின் வேகத்தை
மாற்றிக் கொள்ளலாம்

என்னெதிரே ஒருவர் கடந்துவிட்டார்
சரி ஒருவேளை என்னையொத்தவராய் இருக்கலாம்
இரண்டு அடி முன்னே சென்று
திரும்பிப் பார்த்தால் அவரும் திரும்பிப் பார்க்கிறார்
இயல்பற்ற மறதியின் நொடிகளை விழுங்கிவிட்டு
அடையாளப்படுத்திக் கொள்கிறோம்

அழைப்பொலியைக் கேட்டு கைபேசியை
சட்டை மேல்பாக்கட்டிலிருந்து எடுக்கையில்
தவறி விழுந்துவிட்ட நாணயத்தை
குனிந்து எடுக்கும் தருணம்

என்பெயரை சொல்லிவிட்டு வேகமாகச் சென்றவரின்
விளையாட்டுத்தனமான குரலில்தான்
எத்துணை ஞாபக இமைப்புகள்? ○

88

சாளரத்தின்
இந்தப் பக்கமா அன்றி
அந்தப் பக்கத்தில் இருக்கிறாதா
நான் உன்னிக்கும் வடிவம்?

நாற்காலியில் அமர்ந்திருப்பதால்
அப்படி தோன்றக்கூடுமோ?
அமர்வினைத் துறந்து எழுந்து
அருகில் சென்று பார்த்தாலும் அப்படித்தான் தெரிகிறது

ஒருவரும் இல்லாத இடத்திலுள்ள நாற்காலியில்
அமர்ந்திருக்கையில் இவ்வாறு ஆகக்கூடும்
ஆட்களில்லா சந்தடியின்மையில்
சுயவிலகலின் வெருட்டல்
என்னில் இங்கென்றும் அங்கென்றும் மயக்குற

சாளரங்களின் கண்ணாடியின் மேல்
மடித்து வைக்கப்பட்டுள்ள திரையை
இறக்கிவிட்டதும் காணாமல்போன அவ்வடிவம்
இப்போது காலடியில்

எண்ணிக்கையைப் பற்றிய கவனமின்றி
பல்லோரது நடமாட்டத்தின் மத்தியில்
இரைச்சலை உள்வாங்காத அன்றாடங்களில்
எப்போதாவது சிரத்தின்மேல் குறுக்கே கடக்கும் நிழலன்றி
அவையவை சிறிதும் பிறழ்வதில்லை. ○

89

ஒரு பகல்பொழுதின் ஒளிப்பிரகாசத்தை
கழிக்கப் போகும் இராப்பொழுதின் அடரிருளுக்குள்
கரைந்துவிடுகின்றன
நமக்கிடையிலான திட்டமிடா சந்திப்புகள்

யூகிக்கக் கூடுமெனினும்
அப்படியே விட்டுவிடுதலில்
துவங்கும் மெய்யரும்புதல்
வெளிவிளிம்பை முழுவுடலாக்கிக் களிக்கும்

ஒருவிழியுள் எதிர்விழியும்
மறுவிழியில் இருவருக்கான தொலைவெளி சுழலும்
அருகில்தான் உள்ளோம் என்றாலும்
எல்லையிழத்தலில் குமிழ்கின்றன
ஒருவரையொருவர் சுட்டும் சொற்கள். ○

90

அறிந்துதான் இதுநாள்வரை நடந்துள்ளது
உரக்கப் பேசியபின் யாருமில்லாததை
உணரநேரிட்டது
அவ்வாறே இருப்பினும் எப்படி பேசாமல்
எனக்காகவே அருளப்பட்ட நாளை செலவிடுவது

மேலே பார்க்காமல்
தரையைப் பார்க்காது
எதிரே நோக்காமல்
பின்னால் திரும்பாது
வழக்கமான தலைசாய்ப்பில் தொடர

என்னைச் சுற்றியுள்ள சுவர்களையும்
வீட்டைச் சூழ்ந்திருக்கும் பிற இருப்பிடங்களையும்
அங்கு வசிப்போரையும் எண்ணிக்கைக்கான
குறிகளாக்கிவிட்டு

மனக்கோணத்தில்
செவிகளைத் தாற்காலிகமாக மறந்துவிடுதல்
மிதமிஞ்சாத வாழ்தலுக்கான நூதன உபாயம்தான். ○

❖ எஸ். சண்முகம்

91

மலையடுக்குகளாய் காட்சிப்படுகின்றன
மேகங்களின் கலையாமை
முழு ஒளியற்றிருப்பினும் திசையைக்
கிரகிப்பதில் குழப்பமில்லை

நழுவியோடும் நேரத்தின் பாய்வில்
விடைபெறுதலும் புலனாகாதலும் ஒரேபொழுதாகிவிட்டன

தெரியும் தூரமல்ல அக்காட்சி
நொடிகளைக் கணக்கிடும் முன்னரே
நிமிடங்கள் சேகரமாவதை எவ்வண்ணமாகச் செலவிடுவது?

இப்போது இடைவெளியுடன் கூடிய ஒன்றுதல்
இங்குமட்டும் அன்றி எங்குள்ளோமோ
அவ்விடத்தில் நாமறியும்படி சம்பவிக்கலாம்

எல்லாமே
விரல்சொடுக்கும் அதே தருணமாதல்
என்றேனும் கைவரலாம். ○

92

யாரும் கேட்கும் முன்பே
நலமெனச் சொல்லும்படியானது மனது
சிலகாலமாக நான் யாரையும் அப்படிக் கேட்பதில்லை

பெரும்பான்மையோரது ஆர்வநுனியின்
கவர்ச்சியிலிருந்து தப்பிக்க
முன்கூட்டியே சொல்லிவிடுவது நல்லதுதான்

குறும்பான கண்சிமிட்டலையே
எல்லோருக்குமான துரித
வெளிப்பாடாக்கிவிட்டேன்

வேறொன்றையும் குறிக்காத
நேரடியான சொற்களின் சுகந்தத்துடன்
அதோ ஒருவர்

சொற்களின் வரிசைக்கிடையிலேயே
வாழப் பழகிவிட்ட என்னிடம்
மேன்மையானதாய் ஒன்றுமில்லை. ❍

93

துயிலுக்குள் செருகப்பட்ட சத்தம்
வாய் பிறழ்ந்து முனகலானதால்
விழிக்க நேர்ந்துவிட்டது
கனவின் ஓரிழை அறுந்தாலும்
இன்னும் போதுமானவை மிச்சமுள்ளன

ஓயும் இரவினை இசைத்தவளின் குரலொலி
கவிந்திருக்கும் இடம்பெயராதிருக்க
விழித்தலிலும் துயிலும்படியானேன்
அவிழ்க்கப்பட்ட புதிர்முடிச்சுகள் போக
மேலும் புதிதாய் முடிச்சுகளை இடத் துவங்கிவிட்டாய்

தனித்திருக்கும் இந்நள்ளிரவை ஈரப்படுத்தும் ஒருகுவளை நீருடன்
குமிழ்ந்தொளிரும் வெளிர்பச்சை விளக்கின்
வண்ண இதம் சூழ்ந்துள்ள அறையின்
நான்கு மூலைகளிலும் சேகரமாகியுள்ளன
மெய்ப்பொழுதின் உபரி. ❍

94

ஒன்றுமில்லாத மேசை முன் அமர்ந்தபின் தெரிகிறது
அதன்மேலிருந்த பொருட்களை
ஏதோவொரு காரணத்திற்காக நீக்கியுள்ளேன்

பூத்தையலிட்ட மேசைவிரிப்பு
சற்று தூசு அடர்ந்திருந்தது
எப்போதும் கூடுதலான நேரத்தைக் காட்டி
முன்கூட்டியே சத்தமிடும் அலாரம் கடிகாரம்
வாசிக்கத் தேர்ந்த புத்தகத்தின்
அயர்ச்சியான பக்கம்

இப்படியான ஏதுமில்லாமையை
நானே மேசைமீது நிரப்பியுள்ளேன்
போனமுறை அமர்ந்திருக்கையில் எதையுமே
கூர்ந்து கவனிக்காமலே எழுந்துவிட்டேன்

இம்முறை காலியானமேசை கொஞ்சம்
பூதாகாரமாய் தெரியாமல் போனதற்குக்
காரணமில்லாமல் இல்லை
துரிதப்படுதலுக்கான தேவையின்றி
ஏதுசெய்வதென்று எண்ணாமல்

தப்பிக்க உபாயமின்றிப் போகும்போதெல்லாம்
பாதிதிறந்திருக்கும் சாளரத்தின் வடிவத்தைப் பார்த்தவாறே
முழங்கைகளை ஊன்றி அமருமிடத்திற்கு
பொருட்களின் வசீகரமும் நெரிசலும் தேவையில்லை. ○

❖ எஸ். சண்முகம்

95

எதுவரை செல்லலாம் தெரியவில்லை
முன்சென்று திரும்பிய வழியின்
எவ்விடம்வரை ஞாபகமிருக்கிறதோ
அங்கு தன்னிச்சையாய் நின்றுவிட்டேன்

மற்றவரெல்லாம் இயல்பாகப் போகின்றார்கள்
அவர்கள் புதிதாய் அவ்வழி செல்பவர்கள்
முன் பின் எனும் வரையறைக் கோடுகளைத்
தம்முள் தீட்டிக் கொள்ளாமல் தப்பித்துள்ளனர்

அதோ பாதிசுவர்மட்டுமே வர்ணம்பூசியுள்ள
கட்டிடத்தின் இரும்புக்கதவினைத் தாழ்ப்பாளிடும்
சத்தம் என்னுள் கூசிஓயந்ததும்
யாரோ ஒருவரின் பரிகாசப் பெயர்
என்னிலிருந்து வெளியேற நேரம்பார்க்கிறது

இவ்விடம் எவ்வாறோ நேர்ந்துவிட்டதெனினும்
திரும்ப வேண்டிய திசை
எப்போதுமே அதே
ஒற்றைச் சுழற்சிக்குள்தான் உள்ளது. ❍

96

தற்செயலான காட்சிக்குள் சிக்கிக் கொண்டேன்
வெளியேற சுலபமான வழியிருக்கலாம்
எதையும் மேதாவித்தனமாக யோசித்து
மீளும் தடத்தை நானே அழித்து மகிழ்வது
எனக்கே புதிராகவுள்ளது

குழம்பும் பாதங்களின் நகர்வுகளில்
காட்சிவிளிம்பின் கோடுகளைத் தாண்டுவதா
அன்றி அழித்துவிட்டு மேலும்
எல்லையின்மையை அனுபவித்தபடியே
அனைத்தையும் பின்னுக்குத் தள்ளுவதா?

எவ்வாறெல்லாமோ திட்டமிடும் மனதிடமிருந்து
நான் விலகிச்செல்ல எத்தனிப்பதையும் நிறுத்திவிட்டு
ஒரிருமுறை என்விழிகளைச் சிமிட்டியபின்
வேறொரு காட்சிக்குள் நான்தான்
என்றாலும் பலராகித் தென்படுவதேன்? ○

எஸ். சண்முகம்

97

காலமிதியடியை வெளியே செல்கையிலும்
மீண்டும் இல்லத்துள் நுழைகையிலும்
கடைசியாக எப்போது பார்த்தேன் ?
ஞாபகமில்லை

இன்று எதற்கோ வாசலைத் தாண்டும்போது
தூசும் புழுதியும் படராமல்
சென்றுவந்த தூரத்தை நினைவுபடுத்தும்
மிதியடியின் வண்ணம் மங்காமிலிருப்பதைக்
காணமுடிந்தது

கைபேசியின் மிதமான அழைப்பொலியை
நெடுநேரமாக அணைக்காமலும்
அழைப்பை ஏற்றுப் பேசாமலும் இருப்பது
யாரையும் தவிர்ப்பதற்கல்ல

இதை அழைப்பவர் உணராது போகலாம்
அடுத்த தடவை பேசுகையில்
ஓரிரு பனித்தசொற்களால் அவரை ஈடு கட்டிவிட முடியும்

கணினியின் திரையை நிறைக்கும்
மனிதச்சுவடற்றுப் போன ஓவியப்பூடகத்தில்
கரைய மறுக்கும்
எனக்கெனவே மிஞ்சியுள்ள இந்நவீன மெய்ம்மை. ❍

கண்டதும் குளிமையூட்டும் துளிரிலையின்
இளம்பச்சை முதிரிலையின் பழுப்புநிறம்
உலர்ச்சிக்கானதாய்த் தோற்றமளிக்க
கிளைகளிலிருந்து விடுபடும் நொடிமுதல்
கீழே வீழ்ந்து பசியத்தை இழக்கத் துவங்கினாலும்
அதே வடிவ ஓரங்கள்
பின்புறத்து நரம்புகள்
காம்பின் நுனியில் கிளையின் ஈரம்

மற்றும் அதன் முன்புறத்து மினுமினுப்பு
இவையெதுவும் அக்கணத்தில்
உடனே மறைவதில்லை

நரையிழைகளின் இடையிடையே
கரிய மினுக்கம் மிச்சமுள்ளவரை
பழுப்பிற்கும் இளம்பச்சைக்கும் மத்தியில்
அவாவுடன் உயிரோடியபடியே
உடல்கிளையில் உள்ளேன். ○

120 ❖ எஸ். சண்முகம்

99

அமர்ந்திருப்பதை மறந்தாலும்
சாளரத்திற்கு வெளியே கேட்கும் மழைப்பொழிவு
இங்கிருத்தலை உன்னில் சேர்க்கிறது
தரையில் வழியும் வான்நீரினில்
உடனுறையும் முன்நாளைய பேச்சினிமை

நமக்கு மத்தியில் குவிந்துள்ள
தற்போதைய இயல்பின்மையை
ஏதேனுமொரு ஒலித்துணுக்கு கலைக்குமென்ற
எதிர்பார்ப்பின் பெருமூச்செறிதலில்
நம்மிருவரில் யார் சாந்தமடையப் போகிறோம்?

அங்கு நீ எழுந்து சென்றுவிட்டிருக்கலாம்
மேலும் சிலநிமிடங்கள் தேவை எனக்கு
ஓயும் மழையோசையுடன்
காற்றுடன் உதிரும் மழையின் சொட்டுக்களில்
உன்னுடனான என் நாட்கள்

நானிங்கு எழுந்துவிட்டபின்னர்
நாற்காலியை நகர்த்திவிட்டாய்
இங்குள்ள என் அமர்விடத்தில் வெறுமையில்லை. ❍

100

யோசனையுடன் பேசிக் கொண்டிருப்பது எனக்குத் தெரிந்தாலும்
அமைதியாக இருப்பது யாருடனும் பேசாமல் இருப்பதல்ல
அப்படியென்றால் வேறொருவருடன்
தொடர்பற்றுப் போனாலும் தனியனல்ல

கழற்றிய பின்னர் சட்டையை வைக்குமிடத்தைத்
தீர்மானிக்காமல் உழல்வதும்
காலணியை உதறிய இடத்திற்கு
மறுபடிம் சென்று மீள்வதுமாக
இந்நேரம்

குனியுமுன் கண்ட முகவனப்பின்
பிடி விலகாது போனாலும்
நொடியில் ஆழ்ந்துவிட்ட பிம்பத்தை
காட்சிப்படுத்த சட்டகத்தை எங்கிருந்து பெறுவதோ?

இழந்துவிட்டவைகளை எல்லாம்
உயிர்த்திருத்தலின் ஆழ்துளைக்குள்
துழாவிப் பார்த்த வண்ணமாக
அவ்வப்போது சில முன்னிகழ்வுகளுடன்
கைகோர்க்கப் பழக்கிக் கொள்ள ஆரம்பித்துவிட்டேன். ○

❖ எஸ். சண்முகம்

101

திரும்பாமல் நடந்துபோகும் அவரைப்
பின்தொடர்ந்து போவதில் அலாதியான
சுதந்திரத்தை நான் அனுபவித்த போதும்
எனக்குத் தோன்றும் பெயரைச் சொல்லி
அவரைக் கூப்பிட ஆர்வம் மேலெழுகிறது

என்வயதொத்தவரோ அன்றி
குறைந்த வயதுடையவரோ?

என்வயதும்கூட பொருட்டல்ல இங்கு
அறிந்தவரெனில் கையசைக்கலாம்
அறிமுகமில்லாதவர் என்றால் மாறாட்டமென
எளிதில் மன்னிக்கக் கோரிவிட்டு விலகிச் செல்லலாம்

நடையின் வேகத்தை உயர்த்தி
முன்சென்றுவிட்ட பின்பு
அவரைத் திரும்பிப் பார்ப்பது விசித்திரமாயிராது
ஆனால் அவருக்கு சூட்டப்படாத பெயரை
பிரயோகிக்க முடியாது
நகைக்கவும் தயக்கமிருக்கும்

முன் உள்ளோரை எல்லாம்
யார் எவர் என்று அறியும் பதட்டத்திலிருந்து
விடுபட ஏதுவாய்
இவ்வண்ணமே மிதமாய் நடையிடுதல்
அதிக இடரற்றதாயிருக்கும்
இத்தொடர்தல். ❍

102

எதற்கும் இருக்கட்டுமே என்று
வாங்கிய பொருளைப் போல
அனுபவிக்க இயலாமலாகிவிட்ட
மென்உணர்வொன்றை
நேற்றுமுதல் தேடத் துவங்கியுள்ளேன்

அப்படியே அது கிடக்குமிடம் தெரிந்தாலும்
அதை அகற்றுவிடுவதா இல்லையெனில்
இருக்கவிடுவதா

இப்போது ஒருகுரல் உரையாட விழைகிறது
நானும் என்னை மறுகுரலாக்கிக் கொள்கிறேன்
ஒருசொல்லில் பெண்குரலும்
மறுசொல்லில் என்குரலும்
அடுத்தடுத்துக் கேட்க

மெல்ல இருவரும் மங்கிவிட
ஓசையில் ஒருமையாகும் சொற்கள்
அன்றாடம் கவனம்பெறாதவைகளில் ஒன்றாக

பலகாலமாக பூக்கள் இடப்படாமல் உள்ள
பூ ஜாடி ஒன்று மேசை மீதிருப்பதை
இன்று கண்டுபிடித்தேனோ என்னவோ? ❍

103

பகிர்ந்து கொள்ள அருகில்
சிறிது வெற்றிடம் இருப்பதைப் பார்த்தும்
அமராமல் நிற்கும் உனக்கான தருணமிது

இன்னும் எழாமல் அங்கேயே அமர்ந்திருக்க
இணைப் பறவையின் சிறகுகள்
மேலெழுந்தபின்னரும்
மற்றொரு பறவை அசையாது
அங்கிருக்க

எழநினைத்து லேசாக அசைந்ததும்
முன்நோக்கி நீ நகர்வதைக் கண்டு
வெற்றிடத்தில் என்னையிடுகிறேன்

அமர்ந்திருந்த பறவை
என்சிரத்தைக் கடந்து பெருநீலத்துள்
சிறிதாகிக் கொண்டே சென்றாலும் தென்படல்
இப்போதும் மறையவில்லை. ❍

104

ததும்பும் நீர்வெளியைக் காண்பதிலுள்ள கவனம்
அதைக் கடப்பதில் இல்லாமல் போக
மிதக்கும் தருவாயில் இருக்குமிடத்தின்
நினைவழிந்துவிட
திடீர் மேல் கீழ் அலைபாய்வில்
பீடிக்கிறது பேரச்சம்

எத்திக்கைப் பார்த்தாலும்
கரையின் கோடு தென்படாதிருந்தாலும்
எங்கேனும் ஒதுங்காமலா போகும்?
உள்ளிருந்து வியர்க்கும் நொடியுடன்
இருகரங்களும் ஒன்றிலொன்று நெகிழ
கதிரும் மதியுமாய் இளகுகிறது
இவ்வுலகு. ❍

105

கதவை அசைத்துப் பார்த்தபின்
திறவுகோலை நாடியது போலவே
ஒவ்வொரு நாளின் முடிவிலும்
அடுத்த நாளைத் திறப்பதற்கான
உணர்வைத் துழாவி ஒய

சில்லிடலுடன் கேட்கின்றன
பல்லுயிரிகளின் ஓசைகள்
அதிகமில்லாத குறைவாயுமில்லாத முதலொளி
சாளரக் கண்ணாடியினூடே
பாதங்கள் பாவுமுன் தரையில் சாய்கிறது

தெருவழியே செல்லும் ஒருவரின்
குரலின் கமறலுடன்
இருசக்கர வாகனத்தின் பாய்ச்சல் சத்தம்
பக்கத்துவீட்டு வாசல்கதவுகளின் முரட்டுத்திறப்பில்
எனக்கு நேரும் விழிப்பு

திரைச்சீலைக்கு அந்தப்பக்கத்தில்
காத்திருக்கும் நாளினுள்
அதே மாற்றமிலா அன்றாடம்
வெளியே நடக்கத் தோன்ற
என் வசிப்பிடத்தின் பிரதான சாலையை அடைந்தேன்

திறக்கப்படாத கடைகளிடையே
ஒன்றின் முன்னே நின்று
என்னைப் போலவே சிலர்
இரட்டை மற்றும் ஒற்றை முகக்கவசத்துடன் நடமாட
மூடிய கடைகளும்
தடுப்பிடப்பட்ட சாலையாக இருப்பினும்
என் வசிப்பிடமான ஜாம்பஜார்
அமீர் மகாலின் வாழ்வணுக்கம்
ஒருபோதும் விலகாது.. ○

106

தேவையற்றதை எல்லாம் சேகரித்து
வேறெங்கோ மாற்றி வைத்துவிட்டேன்
கைவசம் ஏதுமில்லாதிருத்தலின் பரவசம்
ஒருபுறமிருக்க

இன்றென்பதின் முன்பு உடனடியாகத் தேர்ந்தெடுக்க
எதுவும் இருப்பதாக எனக்குப் படவில்லை
முன்னொரு பொழுதில் எடுத்த புகைப்படத்தில்
இடம்பெற்றுள்ளவர்கள் அனைவருமே
இன்று கண்முன்னே வருகின்றனர்
எதற்கென்று புரியவில்லை

அதில் ஒவ்வொரும் அணிந்துள்ள
ஆடையின் வண்ணமெல்லாம் ஒன்றாகின்றன
உரையாடல்களின் நடுநடுவே
நகைப்பதும் கோபப்படுவதிலுமுள்ள
இயல்பின் வசீகரத்தையெல்லாம் எங்கு சேமிப்பது?

வாழ்பரப்பின் எப்புள்ளி இது என்றறிய
கையடக்கமான திசைகாட்டியாய்
எவ்வுணர்வினை வரித்துக் கொள்வது
குணப்பாகுபாடுகளின எல்லையை மீறிச் சுழிக்கும்
உணர்வின் புழுக்கத்தைத் தவிர்க்கச் சுழலும்
மின்விசிறிக்குத் தக்கபடி அலைவாடுகிறது
பலநாட்களாக அகற்றப்படாத
ஒட்டடை. ❍

107

அவ்வளவாக உபயோகிக்காத சட்டையை
ஒன்றிற்கும் கூடுதலான முறை உதறிவிட்டு அணிவதில்
ஒருகோணல் நேர்ந்துவிடவே செய்கிறது

அதிகதூரம் சென்றுவராத போதும்
பலமுறை கால்களைக் கழுவிய பின்னரே
அறைகளில் புழங்குவது விநோதமாகவே இருப்பினும்
அப்படியாகிவிட்டது

அருகில் கண்டதையும்
அப்பாலுள்ளதைக் காண விழைந்ததையும்
இரண்டினிடையில் நழுவவிட்டதையும்
வாசலிலேயே துறந்து என்னை இலகுவாக்கிய பின்

கேட்கும் சத்தங்கள்
தம்முள் மெல்ல ஓர்மையடைகின்றன
அருகருகே நின்றிருக்கும் எதோவொரு சந்தர்ப்பதில்
நேர்ந்த தளிரின் தீண்டலாக
என்னுடன் தங்கிவிட்ட விரல்

இழந்துவிட்டதாய் யூகிக்கும் உற்சாகத்தைப் பெற
விசேடமாய் செய்ய ஒன்றுமில்லை
கூர்ந்தறியும் சிரமத்தை விடுத்து
தானாக கழியட்டும்
இத்தினம். ❍

108

கிளைகளின் அசைவு வானத்துள் விரவியுள்ள
வண்ண ஏதுமின்மையை உரசுவதாக
இங்கிருந்து காண்கையில் எனக்கு புலப்படுவது
ஏனென்று விளங்கவில்லை இருப்பினும்

ஏதாவது ஒருபக்கம் நகர்ந்தால் காட்சியின் சட்டகம்
வேறுபடலாம் ஆனால் நானும்
இல்லாதவொன்றினைத்தான்
நெடுநேரமாக உரசியுள்ளேன்

அருகிலுள்ளவர் அல்லது கடந்துசெல்பவர்
இவர்களல்லாதவரும்கூட
'சற்றுத் தள்ளியிரு' என்று சொல்லியிருக்கலாம்

போகட்டும்
நானே விலகிநிற்காதது
எனக்கே புதிர்மையாய் மாறுவதிலிருந்து
தப்பிக்க வேண்டும்

மேல் கீழ் அக்கம்பக்கம் என்றில்லாது
நான் பார்த்த அந்தக் கிளைகளுக்கிடையில்
சட்டென தென்படும் ஏதுமின்மை
என்னை உரசினால் போதும்
இடம்மாறிவிடுவேன். ⬦

109

பின்பக்கமிருந்து வரும் அழைப்பிற்கு
செவிகொடாதிருக்க யார் கற்பித்தது?
முன்பக்கமுள்ள சுவரையே பார்த்ததினால் ஏற்பட்டதாக
இருக்க வாய்ப்புண்டு

அப்படியில்லையெனில்
பக்கத்தில் அமர்ந்தபடி சுவரை வெறிப்பவர்
இதை எனக்குள் ஊன்றியிருப்பார்
அவரின் இமைசாத்திய விழிகளின்
அசையாமையை இவ்வண்ணம் புரிந்து கொண்டேனா?

உடலைச் சுற்றிலும் எழும் அழைப்பொலிகள்
ஒவ்வொன்றிலும்
புதிர்மையின் எண்ணிலியான அபூர்வமடல்கள்
இன்னும் அலர்த்தப்படாமலேயே உள்ளன

தன்னுணர்வின்றிச் செவிகொடுக்கத் துவங்கியதும்
எத்தனைவிதமான லயக்கோர்வைகள் வசப்படுகின்றன
சுவரிலும் நகர்விருப்பதாக எண்ணி
இருபக்கங்களிலும் வீற்றிருப்பவர்கள்
அப்படியே தொடர்ந்து கொண்டிருக்க

பெயரில்லாதவனாய் மாறத்துவங்கிய எனக்கு
எழுவதைத் தவிர வேறு உபாயமில்லை
ஆதலால் எழுந்து நின்றுகொண்டு
இப்போது என்னருகே வீற்றிருந்தவர்களுக்குரிய
பெயர்களைச் சொல்லி விளிக்க
என்பெயராகி நான் எதிரொலிப்பதில்
எவ்வித சங்கேதமும் இல்லை. ❍

110

மிக அருகில் சன்னமாய்க் கேட்கும் இசைக்கோர்வை
மின்விசிறியின் சுழற்சிக்குத் தக்கவிதமாகப்
படபடக்கும் ஊதாநிறப்பூக்கள் அச்சடிக்கப்பட்டிருக்கும்
கதவின் திரைச்சீலை

விரும்பும் பெயரை எழுதிவிட்ட பிறகு
தேவதைகளின் பெயர் அகராதியில்
இப்பெயர் இருக்கிறதா இல்லையா என்று சரிபார்க்கையில்
துர்தேவதையின் பெயராக
இருக்கக்கூடாது என்ற அச்சத்தில்

நற்தேவதைகளின் பட்டியலில் ஒவ்வொன்றாக
வாசித்து முடிக்க அதில் இல்லை
துர்தேவதைகளின் பெயர்கள் அடங்கிய பக்கங்களை
வேறெங்கோ பார்த்துக் கொண்டே புரட்டும்போது

சூழலமைதியை அடர்த்தியாக்கும் இசையின் நடுவே
வலிமையான சிறகசைவுகள்
என்னைக் கடப்பது கேட்க
தவிர்க்கவியலாத் தீண்டலின் கிளர்வெழும் தருணம்
எந்த தேவதையின் பெயரால் வாய்த்தாலும்
சரிதான். ○

111

ஒன்றுமில்லை என்று பதிலளிக்கையில்
எதுவும் தேவையில்லை எனவும் கூடவே
சொல்ல முனைகையில்
'இதெல்லாம் ஒருபுறம் இருக்கட்டும்'
என்று சொல்லி முடிக்கிறார் அவர்
விலகிச் செல்லுவதற்கு கூடுதலாக
நேரமெதுவும் வாய்க்க அவசியமில்லைதான்
ஈரத்தில் நின்றிருக்கையில்
முழுவதுமாக நனையும் நொடி தவறிவிட்டதை
அறிவதில் பயனேது

நிலைப்படியைத் தாண்டும்போதெல்லாம்
எந்நேரமும் திறந்தே வைத்திருக்க விரும்பிய கதவின்
உட்புறத் தாழ்ப்பாள்
வெளிப்புறத் தாழ்ப்பாள்
இவையிரண்டில் எந்தவொன்றைத் தேர்வது
திறந்துவிட. ○

❖ எஸ். சண்முகம்

112

மிகசில சமயங்களில் தலைநிமிர்ந்து நடக்கையில்
பூமியில் எதோவொன்று இடறிவிடும்போது
சுற்றிலும் இருப்போர் நகைக்கும் முன்னர்
நானே நகைக்கத் துவங்கி
பாதியில் கைவிடுவது வாடிக்கையாகிவிட்டது

பலவேளை தலைகுனிந்தபடி விரைகையில்
எதிரில் வருவோர்மீது இடித்தபின் நிற்கும் போது
முன்னே வந்தவர் எரிச்சலடையும்வரைக் காத்திராமல்
நான் அரைக்கோமாளியாகி இளித்துவிட்டு
அவர்களது எதிர்வினையைக் காணாமல்
வேறு யாரோவாகிவிடுவதும் புதிதல்ல

எப்படித்தான் மிதமாய் நடந்துசெல்வதென்று
இதுவரை யோசிக்காமலே கடத்திவிட்டேன் என்றாலும்
உடனிருக்கும் அரைக்கோமாளி
நாளந்தம் முழுமையடைய எத்தனித்து
தோல்வியடைந்தாலும்
அடுத்து தானாக இடறிவிடுவதோ அன்றி
எதிரில்வருவோர்மீது இடித்துநிற்பதோ
இரண்டிற்குமே நகைப்பதற்கும் இளிப்பதற்கும்
முழுமையுறா அதே கோமாளி தேவை. ❍

113

என்றோ எதிர்கொண்ட இமைச்சிமிட்டல்
ஒருமுறை மீண்டும் நேர்ந்தது
ஒளி ஊடுருவாத சாளரக் கண்ணாடிச் சதுரத்தின்
பின்னாலிருந்து மங்கும் வானை உன்னித்தலானது
நினைவில் தங்கியுள்ள வாழ்நாளின்மீதங்கள்

வாகனங்களால் பகிராத சாலையாக
நீளும் தனித்திருத்தல்
உயரமும் தாழ்வுமான கட்டிடஅடுக்கின்
காட்சியாகி உறையும் தினம்
அங்கங்கு

இரைச்சலிட்டுக் கடந்துவிட்ட
அதிவேக இருசக்கர வாகனத்தின்
ஆளற்ற பின்இருக்கையைப் பார்ப்பதில்
வெற்றிடம் மெல்ல நிறைகிறது. ❍

114

எதிரிலுள்ள சுவரை
கொஞ்சம் நகர்த்தி வைத்தால் நன்றாக இருக்கும்
நானும் இரண்டடி முன்நோக்கி வந்து அமர்வேன்

மூடாத கதவின்வழியே வெளியே பார்த்தால்
நானங்கு நின்றிருப்பது தெரிகிறது
திரும்பிவந்து அமர்ந்து கொண்டேன்

சுவரில் மாட்டப்பட்டுள்ள படத்தில்
மரங்களுக்கு இடையில்
விழிக்கக் காத்திருக்கிறது பொழுது
மின்விளக்கு தானாக அணைந்துவிட்டது
வெளிச்சம் கதவில் மட்டுமே
விழ ஆரம்பிக்க

மற்ற மூன்று சுவர்கள் ஒவ்வொன்றிலும்
என்நிழல் வெவ்வேறு அளவுகளில்
படிந்துவருவதைக் கண்டதும்
தடுத்துவிட எண்ணியபடி அறையைப் பார்க்கிறேன்
நானெங்கே? ❍

115

ரொம்பவும் பிடித்த வண்ணத்தை
ஒரு சுண்டுவிரலின் நுனியளவு
நின்னால் பூசப்படும் நேரத்தின் விநாடிமுள்ளாக
நானிருக்க

அது எவ்வண்ணமென வெளிப்படுத்தாத போதும்
என்னொரு சொல்லில் அதனை
நீ இனம்காணலாம்

குழைந்து தழுதழுக்கும் என் குரலினிமையில்
நினது பெயரின் ஒரேயொரு சப்தத்துளி
நின்னை உரசிவீழும் தருவாயில் அறிவாய்

சுற்றிலும் நிறைந்துவழியும்
நம் பேரவாவின்
ஊற்றுக் கண்ணில் தோய்ந்த
நின் சுண்டுவிரல்

என்நுதல் தீண்டி விலக
பிடிபட்ட வண்ணத்தை
இப்போது நீயே காண்பாய்
நினது விரலின்நுனியில். ○

116

எவ்வாறு இதைப் பழகிக்கொள்வது
கைகளிரண்டும் எதிரிலிருக்கும் பொருளை எடுத்து
வேறிடத்தில் வைக்க முனைகிறது

ஒருபுறம் கடைசியாக யாருக்கு
'ஹலோ' சொன்னோம் என்ற யோசனை
நமக்கு யாரேனும் முகமன் கூறினார்களா?

பக்கத்துவீட்டிலிருந்து அனுமதியின்றி உள்நுழைந்துவிட்ட
தொலைக்காட்சியில் என் இராசிக்கான தினபலன்

கைபேசியைத் திறந்தால்
சற்றுமுன் தவறவிட்ட அழைப்பின் எண்
உடனே திருப்பி அழைக்க எழும் தயக்கம்

சமையலறையில் கேட்கும் நீராவிச் சத்தம்
நான் அமர்ந்திருக்கும் பக்கம்
சற்றும் திரும்பாமல் இருக்கும் துணைவியின் முகம்

நேரமானபோதும் வெம்மை விலகாத
தேநீர்க் குவளை
சொற்கள் உதிரத் துவங்காத வேளை

இன்று யாரிடமிருந்து முதலழைப்பு வருமென
நிமிடத்திற்கொருமுறை கைபேசியைப்
பார்க்கும் படலம் துவங்க

என் கைபேசியின் நினைவில் சேமிக்கப்படாத
பெயரற்ற எண் மின்னி ஒலிக்க
அழைப்பை ஏற்பதும் – ஏற்காததுமாக
இந்நாள் ஆர்வமுறுகிறது. ○

117

அழித்துவிட்டு மறுபடியும் தீட்டிய ஓவியமாகிவிட்டேன்
மற்றவர்கள் எல்லாம் அப்படியே இருக்கிறார்கள்
அவர்களுக்கான கோடுகளை யாரும் மாற்றவில்லை
அப்படியெனில் என் விளிம்புகளை நானே
மாற்றிக்கொண்டிருக்கலாம்

அதிகமான கோடுகளின்றியே
மிகச்சில கோடுகளுடன்
நான் மிஞ்சிவிட்டேன்
விரயமான உணர்வுகள் அழிக்கப்பட்ட கோடுகளுடன்
வெளியேறிவிட்டன

ஒற்றைக்கோடாக மிகையின்றி தொடர்தல்
வாழ்வின் மறைபொருளாகிவிட
மற்றவர்களின் முழுமைக்கு அருகே
எனது போதாமையின் எழிலுருதான்
என் ஒளிர்வின் தோற்றம். ○

118

ஒரு கரும்பலகையை
எங்கு நின்று பார்ப்பதென அறியாமல்
சுற்றிவருவதை நிறுத்த வேண்டும்

கனவின்திரை இறங்குமுன் முழுவதுமாக
விழிப்பைத் துறந்துவிட
கரும்பலகை உதவக்கூடுமென்ற நினைப்பு
என்னைவிட்டு அகலாதிருக்க

வெள்ளையாய் ஒரு கோடோ அன்றி
நன்கு வித்தியாசப்படும் வண்ணமோ
அன்றாடம் தேவை

கரும்பலகை ஆழ்துயிலினில்
ஒரு சாளரக்கதவாகித் திறந்து கொள்ள
எத்தனை விதமான வண்ணக் குழல்வடிவ மடல்கள்!

வேறெங்கோ
இரவெல்லாம் அணைக்கப்படாத மின்விளக்கின்
மங்கலான காட்சி புலப்பட்டுக் கொண்டே இருக்கவும்
சாளரத்தின்வழியே தெருவின் நடமாட்டம்
என்னுடன் தொடரவும்
எதையும் சாத்தாமல் இருக்கக் கடவது. ❍

119

திறந்திருக்கும் புத்தகத்தில்
வாசிக்கத் தவறிய பத்தியை அடைய
பக்கங்களை ஒவ்வொன்றாக திருப்ப

வாசித்த பத்திகளில் சிக்கிக் கொள்ளாமல்
தப்பிக்க
யூகமாய் ஓரிரு பெயர்ச்சொற்களை
மனதில் இருத்திக் கொண்டே தொடர்ந்தால்
பலனளிக்க வாய்ப்புள்ளது

அச்சற்ற வெண்மைப்பகுதிகளில்
சிலர் அலைந்து கொண்டிருக்கின்றனர்
அவர்கள் என்னைக் கண்காணிப்பது
சற்றுத் தாமதமாகவே தெரிய

அவர்களும் என்னையொத்தவர்களோ என்னவோ!
அந்தப் புத்தகத்திற்குள்ளிருந்து தப்பியவன்
நானாக இருப்பின்
இந்த சக கண்காணிப்பிலிருந்து விடுபடவேண்டும்

புத்தகத்தை மூடிவிட்டு
வாசித்த பக்கங்களையெல்லாம்
பக்க எண்களாக்கிக் கொண்டு

ஐந்துமுறை விழிகளை இறுகமூடித் திறந்து
கொஞ்சம் தூரத்திலுள்ள
புத்தக அலமாரியின் அருகில் நின்றபடி
இந்தப் புத்தகம் வைக்கப்பட்டிருந்த இடத்தைப் பார்த்த பின்பு

அதன் பக்கத்திலுள்ள வேறு புத்தகங்களில் உள்ள
அச்சற்ற வெண்மையில்
இதேபோல் பெயரற்ற வேறுசிலர்
அலைகின்றனரா என்று பார்க்கத் தோன்ற

பலமுறை எதிர்பாராத இடங்களில் சந்திக்கையில்
பேசிப் பழகியபோதும்
அதிகமாக நான் பெயர்சொல்லி அழைக்காதவரின் குரல்
புத்தக அலமாறியின் நிரப்பப்படாத
அடுக்குகளின் இடைவெளிகளில் எதிரொலிக்கிறது. ❍

120

அமர நினைத்த இடத்திலிருந்து
தள்ளிவந்துவிட்டேன்
என்னருகில் அமர இருந்த நீயும்
சில அடிகள் கடந்து சென்றுவிட்டாய்
புதிதாக மனவயப்படும் ஓரிடத்தை
உடன் அமர்வதற்காகத் தேடத் துவங்கியுள்ளேன்

அருகில் அமர நினைத்து நீயும்
இடம்தேடித்தான் வேகமெடுத்து
என்னைக் கடந்துவிட்டாய்
நம்மிருவருக்குமான இடைவெளியில்
எத்தனையோ இடமிருப்பினும் கடக்கிறோம்

தனிமையின் கச்சிதம் வாய்க்குமிடம்
எளிதில் சிக்குவது கடினமே
மேலும் நடந்து செல்வதைக் காட்டிலும்
இருவரிடையே நிலவும் சகத்துவத்தின் அளவு
அமர்விடத்தின் அளவல்ல என்றுணர்ந்தபின்
அயர்ச்சியுற்று நிற்கையில் பரஸ்பரம்
வித்தியாசமிழக்கிறோம். ○

121

ஒரு மூடிய கரங்களினுள்
சில பூவிதழ்கள் உள்ளன
ஒருமுழுமையான பூவின் நறுமணத்தில்
கொஞ்சம்கூட குறைவில்லை
எத்தனை இதழ்கள் உள்ளன என்பது
என் உள்ளங்கைகளுக்கு மட்டுமே தெரியும்

இடதுகரத்தில் அவை உள்ளபோதும்
வலதுகரம் தன்வசமுள்ள இல்லாமையைப்
பொருட்படுத்தாமல்தான் இருக்கிறது
மற்றபடி என்னுடலெங்கும் பூவின் தொடுவுணர்வுக்
கிளர்தல் இடையறாது நடந்து கொண்டிருக்கையில்கூட
இறுகிய விரல்கள் தளரவில்லை

எப்போதுதான் விரல்களைத் தளர்த்தி
என் உள்ளங்கையில் ஒட்டியிருக்கும்
பூவிதழ்களின் ஓரங்களது வண்ணத்தைக் காண்பது?
நாசிக்கருகே வைத்து முகர்வது எப்போது?
என் கணிப்பின் எண்ணிக்கையில் இருக்குமா?
இந்நேரம் மிகச்சரியானது இல்லைதான்
இடக்கரத்தை மலர்த்திவிட்டேன்
ரேகைகளுக்கு மத்தியில்
அதன் ஓரங்களைக் காணவில்லை
பூவண்ணம் பரவிய உள்ளங்கையை
வலது உள்ளங்கையுள் அழுத்தி எடுத்ததும்
அப்பூவினுள் எல்லாம் கடந்துவிட்டன. ❍

122

எதையாவது சொல்லிவிட்டுச் சென்றிருந்தால்
மறந்துவிடலாம்
ததும்பும் அமைதியை அள்ளிக்கொள் என்பதுபோல்
நின்றஇடத்தை விட்டு அகலாமல் இருப்பதில்
வேறென்னவெல்லாம் உள்ளீடாக்க விழைகிறாய்

இப்போது
மலைகளுக்கிடையில் தென்படும் வெளியில்
உன்னுடன் நானும் திரிந்தலைவதைப் பார்க்கிறேன்
அது மேற்கா அன்றி கிழக்கா?
வடக்குமல்ல தெற்குமல்ல
எங்கிருப்பினும் என்ன
அடர்த்தியுறாத அந்தியொளி
பாதத்தில் சாய்ந்துள்ளது

மண்ணில் கிடக்கும்
தென்படாத பறவையின் இறகுகளைச்
சேகரித்துவிட்டு நிமிர்ந்ததும்
அருகிலும் தொலைவிலும் பறவை தென்பட
நீயில்லை
நானிருக்க. ❍

123

ஒருவரும் நுழைந்து வெளியேறாத அறைகளைக்
காணும் ஆவல் மேலிட
அப்படியொரு அறையைக் கண்டுபிடிக்க
மீண்டுமொரு தடவை இல்லத்தைவிட்டு வெளியேறிவிட்டேன்

அறைகளின் வடிவங்களையெல்லாம் இருத்திக் கொள்ளாமல்
மீண்டும் இல்லத்தின் வாசல்வழியே நுழைந்து
முதலில் எத்தனை அறைகளில் வசித்தேன் என்பதை
விரல்விட்டு எண்ணிப் பார்க்கும்போது
ஒருஅறைமட்டும் குறைவாக உள்ளது

ஒன்று கிழக்குமுகமான அறை
மற்றமூன்று அறைகளும்
தனது மூன்று சுவர்களையும் கறைத்துவிட்டதோ?
மீதமிருக்கும் ஒற்றைச்சுவர் மேற்கில் நின்றிருக்க

ஏழுதிசைகள் திறந்திருக்கின்றன சுவர்களின்றி
எப்பக்கம் திரும்புவது?
அரைவட்டமடித்துவிட்டு முன்னிருக்கும்
திசையைப் பார்த்ததும்
புலப்படும் அச்சுவருக்குப் பின்புறம் நிற்கும்
பெயரில்லா நின்னைச் சந்திக்க
சுவரில் ஊடுருவுகிறது
என்நிழல். ❍

124

உன்முகத்தை முன்னறியாத போனாலும்
இதை நீ வாசிக்கையில்
என்னில் அகப்பட்டுவிடுவாய்

மென்நரம்புகளாய் உணர்வின்மீது படர்ந்திருக்கும்
உயிர்ப்பசியத்தைச் சொற்களில் ஏற்றிவிட
அகாலம் தான் வாய்க்க வேண்டும்

துல்லியமானதில் தென்படாதவை
பிழையுருவில் காட்சிப்படலாம்
அறிவின் திரையை யார் விலக்குவது?

சட்டகங்களால் அவதியுறும்
மனோஎல்லையைக் கடந்துவிட இயலாவிடினும்
அதன் கடைசிப் புள்ளியிலிருந்து பார்க்கையில்

யாருக்காக இவ்வாசகத்தை எழுதினேன்
இதற்குமேல் ஒன்றுமில்லையென
நீயாகவே அறிந்துகொள்ளலாம். ❍

125

என் கைவிரல்களைவிட்டு நழுவிய காகிதத்தைக்
காற்று சிறிதே மிதக்கச் செய்தாலும்
ஒரு இருசக்கர வாகனத்தின் பின்இருக்கையை
வந்தடைந்தது

சீராக கிழிக்கப்படாத ஓரங்கள்
பழுப்பான சில பகுதிகளில் புழுதியும்
மற்ற இடங்களில் வெண்மையாய் இருப்பதை
இப்போதுதான் பார்க்க நேர்ந்தது

நிற்கும் வாகனத்தை எடுக்க
இறக்கியதும்
தார்ச்சாலையில் விழுந்தது
துண்டுக் காகிதம்
எதற்காக அக்காகிதத்தை
கைகளில் வைத்திருந்தேனோ
அதன் பொருள்?

கையைவிட்டகன்று மிதந்துச் செல்கையில்
பின்சென்று கைப்பற்றத் தோன்றாத எனக்கு
இப்போது தட்டுப்படுகிறது ஏனென்று

இருசக்கர வாகனத்தின் பின் இருக்கையில்
என்னுடன் யார் வந்தமர்வார்
கீழேயுள்ள காகிதத்தின் ஒருநுனியில்
பெயரொன்றின் விடுபட்ட எழுத்துக்களை
இட்டுக்கோர்க்க ஆரம்பிக்கையில்
பின் இருக்கை அழுந்த
கேட்டறிந்த குரல். ❍

126

நிமிடம்
அலைகள் கால்களைக் கடந்ததும்
உடனே ஆழிக்குள் பின்வாங்கிச் செல்ல
கரையின் எல்லை கலைந்து
மறுமுறை தோன்ற
என்னை எதிலுணர்வது?

பின்னே நெடும்தூரத்தில்
சாலைகளின் விளக்குகள் எரிவதையும்
போக்குவரத்தின் தொடர்ச்சி அறுபடாமல்
நகர்ந்துசெல்வதைத் திரும்பிப் பார்க்கையில்
அலைகளின் மீளூரசல்
அதேநிமிடம்

எங்கு செல்வதாகத் தெரிவித்துவிட்டு வந்தேன்?
நடைபயிற்சியின் இலக்கு பிறழ்ந்துவிட்டிருக்கலாம்
எதையேனும் அன்றி எவரையேனும்
பின்தொடர்ந்து மணல்வெளியை அடைந்திருப்பேன்

கைபேசியை இல்லத்திலிருந்து
எடுக்கத் தவறியது என் நல்லூழானது
வழக்கமான சாலைவளைவுகள் இன்றில்லை
திட்டமிடப்பட்ட நடைபயிற்சியின் மிகைஅயர்ச்சியுடன்
இல்லத்தை அடையாமல்

கரையைவிட்டகன்று
அலையின் ஈரத்துடன்
கால்விரல்களிடுக்கில் ஒட்டியுள்ள மணலுடன்
அதிகமான சாலைத் திருப்பங்களைச் சந்திக்காமல்

இல்லத்தைவிட்டு வெளியில் வைத்த முதலடியும்
வெளியிலிருந்து இல்லத்துள் பதிக்கும் முதலடியும்
நிமிடம். ○

127

காட்சியினுள் அசைந்து நின்றிருந்தாய்
நானும் உன்னுடன் நின்றிருந்ததற்கான சாட்சியம்
என்வசமில்லை

ஓடிக்கொண்டிருந்த கைக்கடிகாரத்தின் விநாடிமுள்
தொலைந்துவிட்டது
மீதமுள்ள இருமுட்களின் நகர்வைக் கவனிக்காமல்
இருப்பதே சரி

நிழல்களை நாம் பெயர்த்துச் செல்லாமல்
அங்கேயே விட்டுவிட்டோம் என்பதைத்
திரும்பிப் பார்க்காமலே தெரிகிறது
நிழலில்லா நடையில்

உதறிவிட்ட சொற்கள் என்னவாகியிருக்குமோ?
ஒன்றிரண்டு இன்னும் ஒட்டிக்கொண்டிருக்க
பயனிலா அருகிருத்தலின் வியர்த்தத்தை
நான்மட்டுமா அணிந்துள்ளேன்?

நீயும் இயல்பிழந்து வருவதை
தரையில் அழுந்தத் தேயும் காலணியின் சரசரப்பில்
அறியும்படியானது

நாளை எங்கென கேட்குமுன்
சாலை பிரியுமிடம் வந்துவிட்டது
பெரியமுள் சிறியமுள் இரண்டும்
மேற்கின் சேமிப்பில்
இவ்வண்ணமே. ❍

128

விளங்கிக் கொள்ளத்தான்
உன்னில் பதித்த விழிகளை
மீட்டெடுக்காமல் விட்டுள்ளேன்
குறிப்பால் அறிவுறுத்துவாய் என்று
எண்ணியிருக்கையில்

விலகிவிட எத்தனித்திருக்கிறாய் என்பது விளங்கியது
அந்தியொளி நிரம்பியுள்ள
நமக்கிடையில் இரவுதுளிர்ப்பதை
கவனிக்கவில்லையா நீ

துவக்கத்தில் அறியாமல் போனாலும்
மீமெல்லிய பிறை
உன்சிரமீது மிதப்பதைக் கண்டுவிட்டேன்

உச்சியிலிருக்கும் தாரகைகளில் ஒன்றிரண்டு
எரிந்து வீழ்ந்தபடியே செல்வதைக் கண்டபின்
வாய்க்கும் எதிர்வினைகளற்ற அமைதியை
எதனைக் கொண்டு பிறழ வைப்பது?

இருவர்மேலும் கவிந்துள்ள
வெம்மையின் அதீதத்தை
எதன் குளிர்வில் தணிப்பது? ❍

129

யாரையும் கவனிக்காமல் கடந்து போகிறேன்
நீங்கள் பார்த்தீர்களா என்பதும் தெரியாது
நான் மறந்தால் மட்டும் போதுமா
நீங்களும்தான் காணாததுபோல் இருக்க வேண்டும்

சேகரமான எல்லாவற்றையும்
நிறைவேற்றத்தின் பிடியிலிருந்து விடுவித்து
எல்லோரும் தேவையற்றவைகளை வீசுமிடத்தில்
நானும் யாரும் நடமாட நேரத்தில்
வீசுவதற்காக நின்றிருக்கிறேன்

உபயோகமில்லாதவைகள் குவிந்திருக்க
உபயோகிக்காதவைகளும் நிறைந்துள்ளன
ஒன்றுவிடாமல் கவிழ்த்து விட்டேன்
ஒருமுறை பரிசோதித்த பின்
எதுவும் இல்லை என்னிடம்

இப்போது எல்லோரையும் முகத்துக்கு நேராக
பார்க்கத் துவங்கிவிட்டேன்
நீங்களும் முன்அறிமுகமுள்ளவரைப் பார்ப்பதை
போலவே பாருங்கள்
கையுயர்த்தி ஹலோ அல்லது நலமா என்று
கேட்பதற்கு முன்னமே
நான் நலம்தான் எனச் சொல்வதைக் கேளுங்கள்

எனது சேகரங்களை வீசிய இடத்திலிருந்து
நாயொன்று இன்றிரவிற்கான என்கனவொன்றைக்
கவ்விக் கொண்டு வேகமாக ஒடுகிறது
என்னைத் திரும்பிப் பார்த்தபடி. ❍

130

சுவரில் படிந்திருக்கும் என்நிழலைவிட்டு விலக
மின்விளக்கை அணைத்துவிட்டேன்
மறைந்ததோ இல்லையோ?

மின்விளக்கைப் போடாதிருந்த
அடுத்த அறைக்குள் செல்கிறேன்
இப்போது என்நிழல் வளர்ந்திருக்கிறதா
அல்லது சுருங்கியுள்ளதா என்பதைப் பார்க்கவில்லை

ஏற்கனவே நிழல்விழுந்த சுவரின் திசையைத் தவிர்த்துவிட்டு
அதனருகிலுள்ள மற்றொரு சுவரை
அணுகுவது சரிதான்

மின்விளக்கின் சுவிட்சைப் அழுத்த
காலடியில் பாதியும் சுவரில் பாதியுமாக
வளைந்திருக்கும் நிழல்
முன் பின் இருவேறாயிருக்க
முதிர்ந்த பல்லியொன்று கடந்துபோக
நான்மட்டுமென்ன? ○

131

அன்றாடம் தூங்கும் முன்னர்
நேரம் என்னவென்று பார்க்கும் பழக்கத்தை
மாற்றிக் கொள்ளாமல் தொடர்கிறது வாழ்வு
இது யாருக்கான காலமென்று
கேட்கும் குரல் என்னுடையது மட்டுமல்ல

நடுவில் ஓரிருமுறை எழுந்து
நீரருந்தும் போது சாளரத்தில் இருள்மங்க
இனி விழிகளைத் திறந்தே தீரவேண்டும்
சாளரங்கள் வெளுத்துவிட்டன

எதை முதலாவதாகப் பார்ப்பது
பக்கத்தில் என்பக்கம் புரண்டு படுக்கும்
முகத்தையா அல்லது சுவரிலுள்ள
நாட்காட்டியின் வண்ண எண்களையா?

அயர்ந்து உணர்விழக்கும் தருவாயில்
மனதில்கண்டவர்
உடல்விழிக்கும் தருணத்தில்
இல்லாமல் போகிறார்

அடுத்து மடிப்பு கலையாத நாள்
என் முன்னே கிடக்க
எதிலிருந்து பிரிக்கத் துவங்குவது
காலம் என்னுடையதாக அல்லாமல்
இன்னொருவரில் ஒளிந்திருக்க

அதை மீட்டெடுப்பதைவிட
ஒருநாளும் பிரியாமல் உடனிருக்கும்
சுழியத்தை ஏற்பதே மேல். ❍

132

போகும்வழியில் தரையில் கிடந்த
சிறு இலைகளை எடுத்து
சட்டைப்பையில் வைத்துக் கொண்டேன்

இன்னும் நெடுந்தூரம் போகும் எண்ணமில்லை
இருள்கவியும் என்பதும் அறிந்ததுதான்
தெருவிளக்கின் ஒளிர்வில் எதிரில் வரும்
உன்னைக் காண்பதும் எளிதாய் நிகழ்ந்தது

அவசியமற்ற எதிரிடல்கள் எப்போதும்
சம்பவிக்கத்தான் செய்கின்றன
இந்நேரமின்றி சற்றுப் பொறுத்து வந்திருக்கலாம்
தாரகைகள் உன் கூந்தலிழைகளைப் பற்றியிருப்பதை
நீயறிய வாய்ப்பில்லை

அதைச் சொல்லாமல் விட்டதற்கான காரணத்தை
நான் அறிந்த்துள்ளேன்
கடக்கும் வாசல்களில் எல்லாம்
யார் நின்றிருந்தாலும் வேறுதிசை நோக்கியே உள்ளனர்

ஒருவரையும் தவிர்க்காமல் பார்த்தபடியே
தெருமுனை விளக்கை நான் கடந்ததும்
ஏற்கனவே சட்டைப்பையில் இருந்த சிறுஇலைகளுடன்
சில தாரகைகள் எப்படிச் சேர்ந்தனவோ? ❍

133

ஒரு பேதையாய்ப் பின்னால் வருவதாக
என்னைக் காணும்போது உனக்குத் தோன்றலாம்
உன் இடறல்களுக்கெல்லாம் நான் நகைப்பதே இல்லை

முழுப்பிரபஞ்சத்தையும் மூடிய கைகளுக்குள்
ஒளித்து வைத்திருப்பதாகச் சொல்லும் உன்னைச்
சாதாரணனாகத்தான் நான் நினைக்கிறேன்

எல்லோரையும் வழிநடத்துவதாக எண்ணிக் கொண்டு
நிழலை இழக்கும் காரிருள் தருணத்தின் துவக்கத்தை
அறியாமல் முன் நடக்கிறாய்

திரும்பிப்பாராமலும்
மேல்நோக்காமலும்
பக்கவாட்டில் பார்க்காமலும்
அப்பாலுற்றாய்

மதிப்பீடுகளைக் குறித்து அவ்வப்போது
நீ பேசியதெல்லாம்
வேகமிழக்கத் துவங்கிவிட்டன

இருவரும்
தென்படாமையை அடைய
நெருங்கிவிட்டோம். ○

134

விரும்பியபடி எதையும் செய்து பழகாமல் இருந்ததற்கு
நான் பொறுப்பல்ல
இடம்பெயர்ந்து செல்லும்வழியின்
விநோதங்களாகிவிட்டன தினங்கள்

எத்தனைவிதங்களில் இதைச் சொல்லிப்
பார்க்கத் தோன்றுகிறது!
எவ்விதத்திலும் அதுமாற்றமடைய மறுத்தாலும்
இன்னும் சிலவிதங்களில் சொல்லவே விழைகிறேன்

நான் நிற்குமிடத்தின் மேல்தளத்தில்
காலடிகள் சென்றுவருவது கேட்க
பார்வையிலிருந்து சில அங்குலங்கள்
தவறிவிட்டன

வெகுநேரமாகிவிட்டதை உணராவிட்டாலும்
மேசைவிரிப்பின் மேல் வைக்கப்பட்டுள்ள
இரண்டு குடுவைகள் ஒன்றில் காப்பியும்
மற்றொன்றில் தேநீரும் இருக்கலாம்

அதனருகிலுள்ள குவளைகள் இரண்டில்
எனக்கான ஒன்றில் ஊற்றும் பொழுது வரும்
காபியின் மணம் மாறாமலிருக்க
எதில் எதுவுள்ளது என்று அறிவதைவிட
இவ்வேளைக்கான சுவை
எதுவாயினும் சரி
எதுவாக இல்லாவிடினும் சரி
அடுத்த பருகல் நிகழாமலா போய்விடும்? ❍

135

ஏதாவதொரு அடையாளத்தை இட்டு விட்டபின்பும்
அவ்விடத்தைக் கடந்துவிடுதல் எளிதானதாக மாறவில்லை
இன்னும் அங்கேயே நிற்காமல்
வேறுபக்கமாகப் போகிறேன்

அண்ணாந்தபடியே செல்கையில்
இரவின் கருநீலத்தைக் காணும் நொடியை
ஏற்கச் சொல்கிறது உள்ளம்
பிறையின் மெலிந்துவிட்ட கோட்டினில்
இயல்பிழந்துவிடுதல் பழகிவிட்டது

பிடிபட ஒன்றுமில்லை என்று தெரிந்தபின்
எப்படியேனும்
ஒரு சாதாரணனாக இருக்க
எத்தனைவிதமாகப் பயில்வது? ❍

136

ஒரு இசைக்கோர்வையின் நடுவில்
கதவுதிறக்கும் ஓசை
வேளியேறுபவர்களது காலணிச் சத்தங்கள்
போய்வருகிறேன் என்று சொன்னார்களோ என்னவோ!
போய்வாருங்கள் என்று நான் சொல்லவில்லை

அந்த இசைக்கோர்வையைக் கேட்பதில்
சுணங்கிவிட்டேன்
இன்னொரு நாள் கேட்டுக் கொள்ளலாமென நிறுத்திவிட்டேன்
அப்படியென்ன முழுமையில்
பிரத்யேகமான நிறைவுள்ளது?
செவிமடுத்தவரையில் வசப்பட்டதே போதுமானது

அவர்கள் உள்ளே வருகையில்
வாருங்கள் என அழைத்தேன்
விடைபெற்ற தருணத்தில்
போய்வாருங்கள் என சொல்லாமல் விட்டது
ஞாபகத்திற்குள் தத்தளிக்க
தெருமுனையைத் தாண்டி இருப்பார்கள்

சிரமத்தைக் கணக்கில் கொள்ளாமல்
வீட்டிலுள்ளவரிடம் எதுவும் சொல்லாமல்
வேகமாக தெருமுனை அடையும் முன்பே
அவர்களை அடைந்துவிட்டேன்

தவறிழைக்காத தொனியில்
அடுத்து எப்போது வருகீறீர்கள் என்றதும்
வாட்டமில்லாத முகபாவத்துடன்
இதற்காகவா இவ்வளவு தூரம் வந்தீர்களென்றனர்

திரும்பியதும் மூடாதிருந்த வாசல்கதவைச் சாத்திவிட்டு
உள்ளே நுழைந்தேன்
மறுமுறை கதவைத் தாழிட்டாலும்
அந்தப்பக்கமே நான் நின்றிருப்பதாகத் தோன்ற
இந்நேரம் எனக்கானதல்ல. ❍

137

இப்படியும் ஒருநாள் அமர்வாய் என்று
நீ சொன்னது மெய்யாகிவிட்டது
பார்க்க எத்தனையோ இருக்க
எதையும் காணாது
கால்கட்டைவிரலின் நகத்தையே வெறிக்கத் தோன்றுகிறது

எண்ணற்ற உரையாடல்களில் விடுபட்ட
சொற்களின் விழைதல் இப்போது நடந்தேறலாம்
ஆயினும் செவிகொடுக்க யாருமிருப்பதாக
எனக்குப் படவில்லை
நன்கு பயிற்றுவிக்கப்பட்டுள்ள நாவிலிருந்து
இன்று ஒன்றுமே வெளிப்படாதது ஏனோ?

ஒருமுறைகூட நேரில் சந்திக்க வாய்ப்பற்றுப் போனாலும்
நாம் தொடுதிரையில் மின்னி
கைபேசியில் அசல்குரலின் வசீகரிப்பை
இழக்காமல் தொடர்கிறோம்
பெயர்களை விதவிதமாய் உச்சரித்துச் சொல்லி. ○

❖ எஸ். சண்முகம்

138

கொஞ்சம் அதிரும்படியாகத்தான் கேட்கிறது
எதிர்வீட்டுக் கதவை அடைக்கும் சத்தம்
இது வழமையாய் நிகழும் ஒன்றுதான்

ஒருநாளும் அப்படியாக கதவடைக்கத்
தோன்றியதில்லை எனக்கு
அவர் எதிரிடும் போதெல்லாம்
இன்முகம் காட்டத் தவறியதில்லை நான்

வேறு ஏதோவொரு நினைவின் அதிர்வு
இவ்வண்ணமாக வெளிப்பட்டிருக்கக் கூடும்
சலனமற்றது போலும் ஒரு பாவனையை
நான் வரித்திருப்பதை அவரறிய மாட்டார்

அடுத்தமுறை கதவைத் திறக்க எத்தனிக்கையில்
எனக்கு முன்பே எதிர்வீட்டுக் கதவு திறந்திருக்குமா
இல்லையெனில்
அதிராமல் சத்தமின்றி வேகமாக திறந்துவிடலாம்

அவர் எப்படியாகிலும்
மூடியுள்ள கதவைத் திறந்து கொள்ளட்டுமே
என் திறந்தகதவின் விசாலம் குன்றாதிருப்பதை
அவர் கண்டாலும் காணாவிட்டாலும்
எனக்கொன்றுமில்லை
அது அவருக்கானது. ○

139

எந்திரமாய் எல்லாவற்றையும் நினைப்பதை
விட்டுவிட வேண்டும்
என்னைத் தவிர்த்துவிட்டு மற்றவைகளைக் காணும்படி
மாற்றிக் கொள்ள
இன்றிலிருந்து துவங்கினாலே சரி

ஒருகுமிழியின் மேற்பரப்பில் காட்சியுறும்
இந்நாளின் அத்தனை நிறைவேறாமைகளையும்
திரும்பிப் பாராமல் செல்கையில்

பின்னாலிருந்து எழும் அழைப்பொலிக்கு
செவிகொடாது போவதொன்றே
அசாத்தியங்களற்ற வாழ்வினோட்டத்தில்

ஒவ்வொரு நாளின் இறுதியில்
துறந்துவிட்ட ஆடைகளின் குவியலில்
என் வாழ்நாள் வேட்கையின் ஈரத்துடனான மணத்தை
இன்று ஒருமுறை நிறைவாய் முகர்ந்துவிட்டேன். ❍

140

அருகிலேயே நின்றிருந்தாலும்
விலகலின் தூரம் அதீதமானது
ஏதும் நிகழாமலேயே சம்பவித்துவிட்டதை
மீளுருவாக்கிப் பார்க்கும் ஆர்வமில்லை எனக்கு

எண்ணற்றோரில் ஒரு தனிமுகமென
இன்றும் நீயென்னைத் தொடர்ந்து வருவதேனோ?
எல்லோரிலும் ஒரு துளியாய் கலந்துவிடும்
நேரம் வசப்பட்டுவிடமாலா போகும்

இணைவிரல்களுடன்
நீள்மணல்வெளியின் கடைசிக்கோட்டினில் பதிந்திருந்த
அந்திநிறத்தில் பதிந்து விலகிய நாளிருக்க

அவரவர் இயல்பில் இயங்கும் வெளியில்
அவரவர்போலவே இல்லாத இடைவெளியுடனும்
தொடரும் நம் பிணைப்பையும் வீசியெறிய
இடம்தேர்ந்து கொள்வோம் மெல்ல! ○

141

சுவரில் இடதுகையும்
வலதுகை கால்சட்டைபயில்
மேல்நோக்காமலும் கீழ்நோக்காமலும்
பார்த்துக் கொண்டிருப்பது நான்தான்
இதை நானே சொல்ல

எதைப்பற்றியும் மனங்கொள்ளமல் இப்படித்தான்
பலநேரங்களில் நடந்து கொண்டுள்ளேன்
வேறு மோஸ்தரில் என்ன செய்யலாம்?
யோசிக்க வேண்டும்!

பிறரை நோக்கி நிற்கும் திசையை
சற்றே அப்படியும் இப்படியுமாக
மாற்றிவிட்டால் நிலைமை தேறிவிடும்

இந்நேரத்தை யாருடனாவது பகிர்ந்துவிட
என்னைநோக்கி யாராவது அணுகும் வரை
இப்படியே சமைந்திருக்கச் சம்மதிக்காத
என்னியல்பின் போக்கில்

இருகைகளையும் விடுவித்து
பேச்சொலிகள் பெருத்திருக்கும் சாலையின்
மக்கட்திரளினுள் பரிமாறிக் கொள்ள
ஒருநொடி இமைக்காத விழிகள்
எனக்கென இருந்தே தீரும். ❍

142

இதை ஏன்
இந்நேரமென்று நினைக்க
அவ்வாறில்லையெனில்
சப்தமின்மையை எவ்வண்ணம் உணர்வது?
அமைதியினால் இனங்கண்டுவிட்டாலும்
அப்படியல்ல இது

இந்நாள்வரையில் தென்பட மறுத்த
மங்கலான பொழுதை
கடந்துவந்த பருவமென்று பொருட்படுத்தத்
தோன்றாமல் போயினும்

அனுபவத்திருக்கும் ஒன்றை
மறுமுறை உடலடையச் செய்ய
துளிர்க்கும் பேரேக்கத்தின் ஒரு நெருடல்
வாடிச்சுருங்கிய இலையாகி மேலே விழ

காற்றின்விசையின்றி என்முன்னே
சுழன்றபடியிருக்கும்
மற்றொரு இலை எதுவாயிருக்கலாம்
என் விருப்பின்றி நேர்ந்துவிட்ட அமைதியிலிருந்து
விடுபடும் முதற்சொல் அது.

நெடுநேரம் ஆகும்
மறுபடியும் கனவின் தூரத்திலிருந்து
துயிலின் இயல்பை அடைய
இரண்டின் எல்லையும் அழிந்துவிட்டன

துவக்கத்திலேயே எல்லையைப் பற்றிய எண்ணம்
மேலிடவில்லை
துவங்குவதும் முடிவதும் நிகழ்வதே இல்லை
அப்படித்தானோ என்னவோ

அதிக மனித நடமாட்டமுள்ள இடத்தில்
என்னுடைய இந்நாள் செலவானது என்றால்
பாலைவெளியின் வெற்றுவிரிவு
கனவின் துவக்கமாகித் தகிக்க ஆரம்பிக்கிறது

அடுத்த நாள் சுவர்களன்றி வேறுயாருடனும்
அல்லாமல் கழிக்கத் தோன்றும்
துயிலிழப்பின் வாயிலில் தொலையத் துவங்குவேன்
சுற்றுமுற்றிலும் வேறொரு வருகையின் சமிக்ஞை
மின்னி பொய்த்துப்போக

முன்னமிருந்த நிலையிருத்தலை
மெய்ப்பிக்க ஒரு சிமிட்டல் போதுமானது
வெளியிலும் எல்லாம்
இரவிற்கு பிந்தைய பகலும்
அவ்வண்ணமே. ○

143

எதிரில் நின்றிருப்பவரைத் தவிர்க்க
மற்ற பக்கங்கள் உள்ளன
அதிலொன்றைத் தேர்ந்து செல்ல ஆரம்பித்தேன்

சில அடிதூரத்தில்
அருகிலொருவர் தொடர்கிறார்
எதிரிலிருந்தவரைக் காட்டிலும் இவர்
அந்நியரல்லாத பாவத்துடன் இருக்கிறார்

எவ்வளவு தூரம் உடன்வருவாரோ
பேசிப்பார்க்காலமென திரும்பினால்
பின் தங்கிவிட்டார்
இனி அதற்கான தேவையிருக்காது

இப்போது அவ்விருவர் விலகிய திசைபோக
மீதமிருக்கும் திசைகளில் யாரேனும் தோன்றலாம்
அவர்களும் பேசாதிருப்பவர்களாக இருந்துவிட்டால்

நானும் அவர்களைப் போலச் செய்துவிட வேண்டும்
தற்போது ஆட்களில்லாமலே
நான் பேசிச் செல்வதைப் பார்ப்போரில்
நான் விரும்பவர் இல்லாவிடினும்
பகிர்தலுக்கான வாய்ப்பும் நிறைய உள்ளபோது
மேலுமொருவர் கூடவா உடன்வரமாட்டார்கள். ○

144

எத்தனையோ வடிவங்களுடன் வண்ணங்களும்
அறிந்தவர்களுடன் மறந்துபோனது
எப்போதோ நுகர்ந்த மணமும்
காற்றில் மெலிந்து அற்றுவிட்டது
ஒருவரின் அடையாளத்தை
இப்போது எதை வைத்து இனம்காண்பது
மதியத்திற்கு முன்னும்
பின்காலைக்கும் முன்மாலைக்கும் அப்பால்
நள்ளிரவின் துல்லியத்தினுள் விழ்ந்தபடியிருக்கும் மழையொலி
நினைவின் புறத்தேயும் அகப்படுவதை
யாரிடம் பகிர்வது
யாரிடமேனும்! ○

145

சுண்டிவிடப்பட்ட நாணயத்தின் இரு பக்கங்களென
ஆட்படலும் விடுபடலும் சுழன்று
கீழ்நோக்கி வருகின்றன

இரண்டிலொன்றைத் தேர்வதற்கான நொடிகள்
நழுவுவதைக் கண்டு
பதட்டத்தின் நுனியில் நின்று
முன்னெங்கும் படர்ந்துள்ள நீளமைதியின் பேருரு
நிகழ்வற்றிருக்க

நானொரு முறை உன்னிலும்
நீயொருமுறை என்னிலும்
புரண்ட பின்னர்
ஆட்பட்டு விடுபட

அந்தரத்திலேயே சுழல்கின்றன
மற்றுமுள்ள இரு பக்கங்கள்
இப்போது
சுண்டிய விரல்கள்
நம்வசம். ○

146

உள்ளங்கையுடன் விரல்களையும்
அகல விரித்தாற் போலும் சில இலைகள்
அன்றாடம் கடக்கும் தெருவின் விளிம்பில்
அந்த ஓட்டுவீட்டின் முன்
தேங்கியுள்ள கலங்கிய நீரின்மேல் மிதக்கின்றன
தாவர வேரோடியுள்ள ஒரே வீடும் அதுதான்
என் இன்றைய இருப்பிடம் உட்பட அனைத்துமே
தாவர வேர்களை அப்புறப்படுத்தி
ஓரிரு தலைமுறைகளாகிவிட்டன

அடுக்குமாடியாய் உருமாற்றும் முன்னர்
என் அந்நாளைய வீட்டின் இரட்டைச்செங்கல்
களிமண் தாய்ச்சுவரின் சுண்ணாம்பு பூச்சினில்
வலைபோல் படர்ந்திருந்த செடியை அகழ்ந்தெடுத்த
நாள் இன்றாக இருக்கலாம்

நீரைத் தாண்டி அப்பக்கம் குதித்துச் செல்லுகையில்
அவ்வீட்டின் முன்சுவரில் என் உள்ளங்கையளவு
சுண்ணாம்பூச்சு உதிர்ந்துள்ள இடத்தில்
மழுங்கிய கரும்சிவப்பு வண்ணச் செங்கல்லையும்
பார்த்தபின்
இலைகளைக் கடந்துவிட்டதாக
எனக்கு தோன்றவில்லை. ❍

147

எத்தனை ஆண்டுகளாகிவிட்டனவோ?
தன் மெருகை இழக்காமல்
கடையில் பார்த்த வண்ணத்தின் அடர்த்தியுடன்
இருக்கும் பீங்கான் தேநீர்க் கோப்பையை
தற்செயலாக சமையலறையில் பார்த்தேன்

வழக்கமான காலைவேளைத் தேநீர்
இன்று தாமதமாகிக் கொண்டிருந்ததால்
சமையலறைக்குள் நுழையும்படியானது
இல்லாளிடம் அந்தப் பீங்கான கோப்பையைக் காட்டி
'இதில் தேநீர் தருகிறாயா!' என்றேன்

பதிலில்லாத நொடிகள் கூடுவதை உணர்ந்து
மீண்டும் கூடத்திற்குத் திரும்பிவிட்டேன்
தேநீரைக் காட்டிலும் பீங்கான் கோப்பைக்கான
எதிர்பார்ப்பு என்னுள் வியாபித்திருக்க
வழக்கத்தைவிட சற்றுத் தாமதமாக வந்தவள்

'இன்றிலிருந்து இதே பீங்கான் கோப்பையில்
தேநீர் அருந்துங்கள்
அளவு போதவில்லையென்று
இடையிடையே ஸ்டீல் தம்பளரைக் கேட்காதீர்கள்' என்றாள்
என் தலை எப்படியோ அசைந்தது சரியாக

இந்த பீங்கான் கோப்பையையும் தட்டையும் காட்டிக் கேட்டபோது
அதை எடுத்து என்னிடம் தருகையில்
மிதமாக நகைத்த முழுமுகம்
நொடியில் கடந்து சென்றது

இதேபோலத்தான்
பள்ளிப் பிராயத்தில் கண்ணாடிக் கோலிகளுடன்
ஒரேயொரு பீங்கான் கோலி என்னிடமிருந்தது. ○

148

இடையில் குறுக்கிடும் தெருவைத் தாண்டிய பின்னரும்
நீளும் என் வசிப்பிடத் தெருவிலுள்ள
அந்த வீட்டை தாண்டிச்செல்கையில்
இடதுபக்கமாகத் திரும்பிப் பார்க்கத் தோன்றியபோதும்
நிதானிக்காமல் செல்ல

என் நாசியடைந்த ஆட்டுக் கழிவின் நாற்றமும்
வித்திட்டது
இன்று அவ்வீட்டு வாசலுக்கு எதிரில்
தெரு நடுவே நின்றிருந்தவர்
ஒரு உருது பெயரைச் சொல்லி 'வா'
என அழைத்துக் கொண்டிருந்தார்

ஐந்தாம் வகுப்பில் வருகைப் பதிவேட்டில்
வரிசையில் என் பெயருக்கு முன்
அழைக்கப்படும் பெயர் அது

மீண்டும் அழைக்கிறார்
நான் அவருகில் நிதானித்து
இடதுபக்கம் திரும்பிப் பார்க்கிறேன்

அடுக்குமாடிக்குடியிருப்பிற்கு
முன்னிருந்த என் பழைய வீட்டையொத்த கட்டிடம்
முன்னாலொரு சதுரம்
அதற்கடுத்து முன்னுள்ளதைப் போன்று
இரட்டையளவு சதுரம்
சிமெண்ட் நிறத்தில்
வலதுபுறம் மாடிப்படி கைப்பிடிச்சுவர்

வீட்டின் உள்ளிருந்து
மேலும் கீழும் நோக்காமல்
தன்போக்கில் நடந்து வருகிறது
அந்த குறுவெள்ளாடு

என்றைக்கேனும் வசப்படும்
மசூதி மாடத்திலிருந்து சிறகேகும்
வெண் மாடப்புறாவின் வான்காட்சியில்
கழலும் என் தன்னிலையாய்
இப்போது குறுவெள்ளாட்டின்
உடலின் வெண்திரிகளில்

அவரிடம் கேட்கிறேன்
'பாய்! காதுமடல் தழையத் தொங்கும்
மிகஉயரமான பழுப்புநிற பம்பாய் ஆடுகளை
ஜாம்பஜாரில் பார்த்திருக்கிறேன்
இத்தனைக் குள்ளமான ஆட்டைப் பார்த்ததில்லை' என்றதும்
'அண்ணே இது காடுகளில் மேய்வன
விலை ரொம்ப அதிகம்
இவளைக் குட்டியாக இருபதாயிரத்திற்குக்
கொண்டு வந்தேன்' என்றார்

குனிந்திருந்த குறுவெள்ளாடின் வளைக்கொம்புகளின்
கச்சிதத்தையும் நுனிமூக்கின் ரோஜா வண்ணத்தையும்
எப்படிப் புகைப்படமாக்குவேனோ?
'கைபேசியில் ஒரு புகைப்படம் எடுத்துக் கொள்கிறேன்
பாய்' என்றேன் 'சரி அண்ணே!' என்றார்

அதே உருதுப் பெண்பெயரைச் சொல்லி அழைத்தார்
சாவுகாசமாய் நிமிர்ந்து பார்த்தது
என்னுடன் ஐந்தாம் வகுப்பில் படித்த
அவளும் குள்ளம்தான். ○

149

யாரிடம் ஒப்படைக்க உதிர்ந்த இறகோ
என்முன் புரண்டோடிச் செல்கிறது
இராட்சதப் பாதச்சுவட்டின் விளிம்பில்
அந்த இறகு

காற்றின் எதிர்விசையில் படபடக்க
தாண்டிச் சென்றவர்களின் சுவடுகள்
மணல்துகள்களாகி ஒன்றன்பின் ஒன்றாக விடுபடுகின்றன

இப்போது சுவடுகளற்ற நெடுவெளி
முன்னர் கண்ட இறகின்
அடியொற்றிச் செல்கிறேன்
சேருமிடம் பற்றி யோசியாமல். ○

150

யாருக்காவோ திறக்கப்படும் வாசல்கதவின்வழியே
உள்நுழையும் சுண்டெலியும் மூஞ்சூறும்
விளக்கு கம்பத்தில் அலகைத்தீட்டும் காக்கை
உடனிருக்க மிகைச் சகவுயிரிகள்

மேலே ஆழ்ந்தோடும் நீலத்தைக் கடந்தபடியுள்ள
சில பறவைகள்
தெருவைத் தன்போக்கில் கடக்கும் நாய்கள்
மற்றும் மதில்பூனைகள்
பால்கனி தொட்டிச் செடிகளில்
உதிரும் தருவாயிலுள்ள பழுப்பிலைகள்
தெருவோர வலைகளிலிருந்து வெளியேறும்
பெருச்சாளிகள்
அவ்வப்போது விதவிதமான கைபேசிகளின்
வீரிடும் டிஜிட்டல் ஆழைப்பொலிகள்

சில அடுக்குமாடிகளின் மாட இடுக்கில்
ஒற்றைக்காலில் நிற்கும் ஓமர் புறாக்களின்
குரல்வலை ஓசையதிர்வுகள்
அன்றாடம் இல்லையென்றாலும்
பெரும்பாலான முன்காலைகளில்
சாளரக் கதவின் மீதமர்ந்த சிட்டுக்குருவிகளின்
கிரீச்சிடல்களின் உயிர்லயம் ஒன்றைத்தவிர

நீள்சதுரம்
வழக்கமான சதுரம்
நேரான கனசதுரம்
கிடைக்கோட்டு கனசதுரம்
பெருவட்டம்
சாதாரண வட்டம்
நேர்முக்கோணம்
தலைகீழ் முக்கோணம்
கோடுகளின் வலைப்பின்னல் என

இப்பெருநகரம்
தனக்குள் என்னைக் அடுக்கிக் கொண்டுள்ளது
எனக்குள் எதுவும் இருப்பதாகத் தோன்றவில்லை
அப்படியிருக்க
தேடுதவற்கான வாய்ப்பிருந்தாலும்
எனக்கென்று எதற்கு
ஒரு தனிவடிவம்? ○

151

உன் தாழ்ந்த குரலில்
சில சொற்கள் செவியடையவில்லை
இருப்பினும் சொல்ல விழைந்தது
பிசகின்றி ஒலித்துவிட்டன

ஒருநிமிடத்திற்குப் பிறகு
மறுமுறை சிறிய குரலேற்றத்துடன்
விடுபட்ட சொற்கள்
துல்லிய உச்சரிப்புடன் கேட்டன

முதலில் வந்தடைந்த சொற்களெல்லாம்
சேகரமான இடம்
எங்கெனத் தேட வேண்டும்
அதிலுள்ள இடைவெளிகளில்
விடுபட்டவைகளை ஒன்றுவிடாமல்
இட்டு நிரப்பிவிட்ட பின்னர்

என்னுள் முழுமையுற்ற சொற்றொடரை
சற்றும் கூடுதல் பிரயத்தனமின்றி
உன் செவியுறும்படி
இருமுறை பேசுவதுபோல் சொல்கிறேன்

எத்தனை பேசாமையின் மாலைநொடிகள்
நமது நிமிடங்களுக்கு மத்தியில் உதிர்ந்துள்ளன!
ஆனாலும் ஒருமுறை நிறைவாகச்
சரிபார்த்துக் கொள்வதில் பிழையில்லை
விடுபடல்கள் நிறைந்த பரிமாற்றங்களில்தான்
அலர்தல் வாய்க்குமோ? ❍

152

நீரின்மேல் ஒளியுடன் ஓரிலை மிதந்தபடியே இருக்க
இலையின்மீதொரு நீர்த்துளி
பாதரசமாய் உருள
அதனருகே நீளும் நிழல் என்னுடையது தானா?
இன்னும் நெருங்கிச் சென்று பார்க்கையில்
இலையின் நுனிக்கு உருண்ட
நீர்த்துளியும் இலையும் அமிழ்கையில்
நிழல் பெருவட்டமாகிக் கரைகிறது
பார்த்தலில் தொலையும் ஓர் அலைவு. ○

153

அதே தெருதான்
ஐந்து வருடங்களில்
இன்னும் குறுகலானதுதான் மிச்சம்

எளிதாய் தொலைவில் வருபவர்களை
பார்க்க வாய்க்கும் நேரம்
இதுவாகிப் போனது

தெற்கு நோக்கி நடக்கும் நீ
என்னொருவனது நினைவின் முகட்டில்
அலையாடும் முன்வடிவமானாய்

எதிர்த்திசையேகி இடையீடுகள் விலகும்
குறுக்குச் சந்துகளின் ஆளற்ற தோற்றத்தின்
எவ்வுணர்வுமிலாப் பொழுதாகிப் போன
முன்மாலை

நான் இப்போது பிரதான சாலையில் நிற்கிறேன்
நீயாயிருப்பின் கடந்துவிட்டிருக்கலாம்
இந்நேரம்

நாம் சேமித்துக் கொள்ள
என் இடப்பக்கம்
உன் வலப்பக்கம் கனியும்
ஆரஞ்சு சுழியம். ❍

154

நின்றிருக்கும் இடம் நீங்கிவிட்டது
மறுபக்கத்திலிருந்து பார்ப்பதினால்
ஒருபக்கமாய் மட்டுமே காட்சிப்படுகிறாய்

ஆடையின் முன்புறம் பின்புறமில்லா
ஒற்றைக் கிடைக்கோடானாலும் வனப்பின்
துல்லியத்தில் பிறழ்வில்லை

அகன்று சென்றுவிட்ட ஓர் உணர்வின்
அபூர்வ மறுவரல்
முன்தீண்டலின் மெய்யிழத்தலாக

என்றோ ஒலிக்காது போன
மொழியிழைகள் ஊடுபாவும்
இடைவெளியில்

மிகைத்துக் கொண்டிருக்கும் நாழிகைகள்
ஒவ்வொன்றாய் நம்மில் இடம்பெயர்ந்து சங்கமிக்கின்றன. ○

155

‘ஒருநாள் வந்துசெல்’ என்றாய்
அந்நாள் செய்வதறியாது போனது
யாருடனும் இன்று எதையும் பகிராததற்கு
இது காரணமாக வாய்ப்பில்லை
ஒவ்வொருமுறையும் அதேபோல்தான் அழைக்கிறாய்
இது முன்போல் நேராது என்று நம்பினாலும்
அதிகவனத்துடன் கிளம்பினாலும்
எப்படியோ காரணமின்றி இடறிவிடுகிறது
நன்நாள் இன்றென
தொலைக்காட்சியில் காலை ஏழுமணிக்கு
பலன்சொல்பவரின் பின்சுழலும்
இராசி சுழல்வட்டத்தின்
தோற்ற விசித்திரத்தில் காரணம் மயங்கிவிட
நானும் கிளம்புவதாக எண்ணிக் கொள்ளாமல்
உனக்கும் அறிவிக்காமல் கிளம்பினால்
சந்தித்துவிடலாமோ என்னவோ?

முன்னோட்டமாக
நாட்காட்டியை பார்க்காமல்
கைக்கடிகாரத்தை அணியாமல்
காலை எழுமணிக்கு தொலைக்காட்சியை
மறந்துவிட்டுக் கிளம்பினேன்

உன் இல்லத்து அழைப்புமணியின் விசையில்
அழுந்திய என் விரல்நுனி
வரவேற்பறையில் தொலைக்காட்சி
அதே இராசி சுழல்வட்டம் எதிர்ச்சுழற்சியில்

காலை எழுமணி
உன் உள்ளங்கைகளின் ரோஜாவண்ணம்
காப்பிக் குவளையில்
இந்நேரம். ○

156

இதோ என்வழியே நழுவிச் செல்லும்
உன் உருவத்தைக் காணவில்லை
அதன் துவக்கத்தையும் இறுதியையும் காணாமல்
எப்படி அறிந்து கொண்டேன்

எந்நேரமும் விழிப்பாயிருத்தலின் சோர்வு
கூடித்தான் போயுள்ளது
விழிமூடினால் உடனே மறைவதில்லை
முன்னர் கண்டவை

நானும்கூட இப்படியாக
வேறொருவரின் வழியே நழுவிச் சென்றுள்ளேன்
ஆனால் அவர் என்னை
தலைமுதல் உள்ளங்கால் ஈறாகக் கண்டுவிட்டார்
அதையும் அவரே சொன்னார்

உன்னைப் போல் நாளெல்லாம்
ஓர்மையுள் கிடப்பதில்லை நான்
'கொஞ்சம் தளர்வாய் இருக்கப் பழகு!
எதிலும் குவியா உள்ளம்
அனைத்தையும் சிரத்தையின்றி
அறிந்து கொள்ளும்' என்றாய்

'என்வழியே மீண்டுமொருமுறை நுழை' என அழைத்தேன்
இப்போதும் காணவில்லை
நழுவிட்டாயோ இல்லையோ!

இனி அதைப்பற்றி அலட்டிக் கொள்ள மாட்டேன்
ஏனெனில் முன்போல் உள்ளத்தின் வசமில்லை
நான். ❍

157

பின்பக்கமிருந்து என்னைத் தாண்டிச்
சென்றுவிட்ட பேருந்தில்
என்னை பார்த்துச் சென்றவர்
எந்த நிறுத்தத்தில் இறங்கினாரோ?

இப்போது என்னெதிரே தூரத்திலிருந்து விரைந்து வந்த
பேருந்தும் கடந்துவிட்டது
அதில் நான் கண்டவரும்
எந்த நிறுத்தத்தில் இறங்கினாரோ?

ஆனால் இப்போது நான் நிற்கும்
பேருந்து நிறுத்தத்தில் எனக்கான எண் பேருந்து
நிற்குமென ஏற்கனவே நின்றிருந்தவர்
நெகிழா இதழ்நகைப்புடன் சொன்னார்

ஏற்கனவே முன்னும் பின்னுமாக விரைந்த பேருந்துகளில்
என்னைப் பார்த்தவர் / நான் கண்டவர் / அன்றி
நான் நகைத்தேனோ இல்லையோ

நான் செல்ல இருக்கும் பேருந்தின் எண்
மறந்து விடும் முன்பு
ஏறிவிட வேண்டும்
ஜன்னல் பக்க இருக்கையை யாரும் பிடிப்பதற்குள்
அமர்ந்த பின்னர்

சாலையில் நடப்போரில் நிற்போரில்
என்னைப் பொருட்படுத்துவோரின் புருவங்கள்
மேல்நோக்கி வளையும்விதமாய்
எதிர்பாராதவிதத்தில் இமைசிமிட்டி நகைப்பேன். ○

158

நேற்றைய கனவு ஞாபகமில்லை
இன்று காண வாய்ப்புள்ள கனவு
எதுவாகவும் இருக்கலாம்
நாளைய கனவு நேராமலேயே போகலாம்

துயின்ற சுகம் நேற்று
துயில்வோமோ எனும் ஐயம் இன்று
துயின்றிடினும் கனவெனும் வினா நாளை
செய்வதற்கொன்றுமில்லையோ

மிகையாய்ப் பேசாமை
யாரையும் நினையாமை
ஞாபகங்களை அனுமதியாமை
நடுநடுவே விழிதிறவாமை

பெயர்களைக் கொண்டும்
முகங்களைக் கொண்டும் இனங்காணாமல்
சகபேச்சின் ஒலியலையை மட்டும்
உள்வாங்கப் பழகுதல் ஆரம்பம்

உடன்நிலைக்கும் யாருமிலா வெளி
நெருக்கமாய் எதையும் எண்ணிக் கொள்ளமால்
தணிந்த மூச்சின் ஓட்டம்

துயிலின் பொருண்மையும்
கனவின் பொய்மையும்
ஒன்று மற்றொன்றை நிறைக்கும்
என்னை எங்கே ஒத்திவைப்பது? ❍

159

ஒருமுறை இரக்கமின்றி நடந்து கொண்டாய்
அடுத்தமுறை மறுபடியும் இணக்கமாய் பேச
வாய்க்கவில்லை உன்னிடம்

அவ்வப்போது ஒரு மயிற்பீலி
தோன்றி மறைகிறது
சாம்பிராணி புகையின் படலம் சூழ்கிறது

ஜரிகைப் பட்டு போர்த்தியபடி
தாரகைமினுங்கும் விழிகளுடன்
வெண்சம்பங்கி ஊதுபத்தி சுகந்தத்துடன்
நரையிழைகளுடன் தன் பித்தை இசைத்த வண்ணமாய்
ஒருவர் மிதந்து செல்கிறார்

ஒரு பெருங்கிளையின் அடரிலைகளின்
இடைவெளியின் ஊடே
முழுமையுறும் தருணத்து நிலா தென்பட
எப்பறவையின் ஒலியென அறியுமுன்
தொலைநீலம் கவிந்து மூடுகிறது

தொடர் துடிப்பின் மென்னோசை
யாரிலிருந்து விம்மியெழுகின்றன?
இவ்வுலகின் ஈரப்பவிழ
குளிரலையில் முகம் திளைக்கையில்
நினைவில் கனன்றிடும் பெயர்
நீ! ❍

160

இரவுதான் எனினும் என்றென விளங்கவில்லை
ஒரு திகில் கதையை வாசிக்க ஆரம்பித்ததும்
மின்வெட்டு சம்பவிக்கும் என்று நம்பினேன்
அப்படி எதுவும் நடந்தேறவில்லை

கதை ஒரேயொருவனைத் தவிர
யாரையும் குறிப்பிடவில்லை
ஆனாலும்
வினோதமான இறக்கைகளுடன்
கூர்முனை வாலுடன்
வளைந்த கொம்புகளுடன்
நான் தினமும் பார்த்த மணிக்கூண்டின் மேல்
பலர் பறந்து கடக்கிறார்கள்

நேரம் பன்னிரெண்டு
பொழுது பகலாகத்தான் இருக்கும்
என் நிழலைக் காணவில்லை
தாழ வந்த பருந்தின் நிழல் மட்டும்
அப்படியே நினைவில் தங்கிவிட்டது

ஒரு மதில் சுவரில் ஓடிய பூனையின்
விழிவண்ணம் நீலமாய்
வானாகி மறைந்தது
ஒலியேதும் எழுப்பாமல் திரும்பிப் பார்த்தது
அங்கு என்னைத் தவிர யார் இருக்கிறார்கள் என்று

புத்தகத்தின் அருகிலொரு மேசைவிளக்கு
பக்கங்களிலிருந்த எழுத்துக்களை
கூடுதலாகப் புலப்படுத்தியது
வாசிப்பின் வேகம் தணிந்த பின்னரும்
கதையின் திகில் குன்றவில்லை

ஒரு சாளரத்தின் அருகிலுள்ள
பூ ஜாடியிலுள்ள பூக்கள் வாடாதிருப்பதைப் பார்த்தேன்
அவை என்னுலகில் இல்லை
இக்கதையை எழுதியவன் பகல்பொழுதில் மட்டும்
தென்படுபவனோ என்னவோ? ○

161

ஏதை உன்னிடமிருந்து எடுத்தேனோ
அதை உன்னிடமே தொலைத்துவிட்டேன்
நீயேதும் என்னிடமிருந்து எடுத்திருக்கிறாயோ இல்லையோ!
நான் உன்னில் நிச்சயமாக இழந்ததை
திரும்பப் பெறப்போவதில்லை

என்னை சரிபார்த்துக் கொள்வதில்
ஒருசிறிதும் எனக்கு நாட்டமில்லை
உன்னைப் பார்ப்பதோடு சரியெனத்
தொடர்ந்து கொண்டிருப்பதை
நீயும் அறிந்திருப்பாய்

இழப்பினைக் கரைக்க
என்னுள் ஆழியொன்று தளும்பிய வண்ணமாக உள்ளது
அதன் தொடரலைகள்
உன் மணற்கரையை ஈரப்படுத்துகின்றன
ஆயினும் உன் கால்கள் நனையவில்லை
என்னுள்ளிருக்கும் ஆழி அலையெழுச்சியை
நிறுத்திக் கொள்ளவில்லை

முன்னிருக்கும் வான்வளைவும்
விழியடையும் ஆழியின் தொலைவின் கோடும்
ஒரு குளிர்வட்டத்தின் மேல்பாதி
மூழ்காதிருப்பதைப் பார்த்திருக்கையில்
என் கால்கள் எவ்வண்ணம் நனைந்தனவோ
அச்சில்லிடலில் மெய்யரும்பிக் குவிவது
யார்? ❍

162

கேட்காதவிதமாக நகைப்பதும்
அறியும்விதமாகப் பேசமறுப்பதும்
விடைகூறாமல் விட்டுச்செல்வதும்
நான் இல்லாத வேளையில் வருவதும்
கனவுகளை விட்டு வெளியேறுவதும்
எதைப் பயிற்றுவிக்கச் செய்தாய்

உன்செவிகளில் எதிரொலிக்கும்படியாகவும்
என் நாசியின் நுனி உன்னை
எங்கோ தீண்டும்படியாகவும்
விலகமறுத்து அருகிருப்பதுவும்
நீ வருமுன்னர் காலியாக இருக்கும்
அதே இரு இருக்கைகளில் ஒன்றில் அமர்ந்தும்
நகைத்துப் பேசி விடைபெறாமல் இருந்துகொண்டே
ஒவ்வொரு துளிதுயிலிலும் கனவுறும் வண்ணமாகவும்
இதுதானென ஒன்றையும் குறிப்பாலும்
சொல்லாதிருப்பது ஒன்றே
நானும் – நீயும்
தான்.

163

நன்றாக இளகிவிட்டது மூச்சு
இருசிறகுள் படபடத்து இறங்க
சுவரினில் சாய்ந்த நிழல்
சாலைக்கு நகர்ந்துவிட்டது

மேற்கின் வண்ணஇதம்
கடந்தபின் திரும்பிப் பார்த்த
கிளைகளின் வழியே ஒளிவழிகிறது
வான்நீலம் மங்க இன்னும் நேரமுள்ளது

வீடு எங்கே
இன்னும் வரவில்லையா?
நடையில் தவறியதா?
மீண்டும் பின்நோக்கி செல்ல
மனமின்றிப் போக

இதைக்காட்டிலும்
இவ்வீதி சேரும் நெடுஞ்சாலையில்
மேற்கின் வண்ணத்தினூடே
எத்தனைபேரிலும் என்னை

அடையாளப்படுத்த எனக்கென்று
தென்படும் மோஸ்தரிலான நடை
திரும்பிப் பார்க்கும்படி செய்யும். ❍

164

மூடிய நிலையிலிருந்தாலும்
சில கதவுகள் வசீகரமாயிருக்கின்றன
அழைப்பு மணியை அழுத்தவும்
மனமில்லாமல் போய்விடுகின்றது

யார் வந்து கதவைத் திறந்தாலும்
முழுமையாய்த் திறந்தால் காட்சி தவறிவிடும்
வந்து நிற்பவரின் ஈர்ப்பைப் பொறுத்தது
அது

உணர்வுகள் நடமாடும் வெளியாகிப் போன
உடலுக்குள்
எங்கெல்லாம் மனம் திறந்து மூடும்

இந்நேரம் ஒருநொடி
உள்ளும் வெளியிலும்
நின்று நில்லாமல் போன
எத்தனை பெயர்களைச் சொல்லி ஓய்வதோ? ○

165

ஒவ்வொரு ஓசையாக
பின் தொடர்கிறது
ஒன்றுக்கும் அடுத்ததற்கும் இடைவெளி அதிகமில்லை
கோர்வையாக்கிச் செவியிசைய

பேச்சின் நடுநடுவே சொற்களின்மை
மனதைச் சுற்றிவருகிறது
எவ்வளவு சன்னமாகச் சொன்னாலும்
அப்புள்ளியில் திளைப்பு சுரந்து பெருக!

உச்சிக் கிளையின் இலைகளது
ஒளிபச்சை காலத்துள் தகதகக்கிறது
எங்கு கண்டு மறந்த வண்ணமென்று
நினைக்கும் முன் பளிச்சிடுகின்றன
தாழத் தொங்கும் கிளையின் இலைகள்

நேரம் கடந்துபோனாலும்
விழிப்பின் துல்லியம் மழுங்கவில்லை
சுடரிடும் உயிர்த்திருத்தலின் வடிவம்
அந்தந்த வேளையில் புதிதாக
தொலைந்து போனதாக எண்ணிக் கொண்டாலும்
அங்கேயே இருப்பது
ஒரு கணமாயத்தின் முடிச்சு
வெளியேறிய பிறகுதான் புலனாகத் துவங்கும். ❍

166

இரு குருவிகள்
இருவேறு திசைகளைப் பார்த்திருக்க
காற்று வீசும் திசை வேறாகயிருப்பினும்
விழிகள் சொக்கி மூடுகின்றன

தோன்றிய திசையின்
எதிர்த்திசையில் குளிர்ந்து தணியும் வெளிச்சத்தில்
வானில் கரையும் நாளின் கையிருப்பு

இப்போது
உள்ளங்கையின் ஏதுமின்மையை
அந்திவண்ணம் நிரப்பிக் கொண்டிருக்க
ஒரு குருவியின் அலகு திறந்து மூடுகையில் எழும்

ஒலியிழை துவங்கா இரவினைக்
கடந்தேகுகிறது
எத்தனையோ பின்னல்களுடன்
நிகழும் துயில்!

மீண்டும் வேறொரு குருவியின் அலகால்
காலையாக வெண்மைக் கொள்ள
'இன்று'
வெறும்கிளையாய் மேலும் கீழும் தள்ளாடும்.

167

‘உன்னையல்ல
வேறு யாரோ’வென்று முகமன் கூறிவிட்டேன்
திரும்பப்பெறவும் இயலாது
நீயும் ஏற்றுக் கொண்டு விட்டாய்

அடிக்கடி கண்டிராத முகம்
எளிதில் மறந்துவிடலாம் போல உள்ளது
இருப்பினும் அடுத்தமுறை நிச்சயம்
காண விழைவதின் இரகசியம்தான் புரியாமலிருக்கிறது

தோளின் எப்பக்கம் தலைசாய்த்து நின்றாய்?
என்பார்வையில் இடதுபக்கம்
உனக்கது வலதுபக்கம்
ஒருமுறை துரிதமாய் விழிகள் மூடித்திறந்தன
திசைகள் நழுவித் திரும்பின

முதல்முறையென்று எனக்குப் படவில்லை
ஆனால் இது எத்தனையாவது முறையோ
நினைத்திராத இந்நேரம் வாய்த்தது
நமக்கு

நீ சொன்னது மடிந்துவிட
நானுன்னைப் பற்றி எண்ணுவதெல்லாம் புதைந்துவிட்டன
இடைவெளியில் நடமிடும் அதே கனவு
இருவேறாய். ❍

168

விட்டுச் சென்ற இடத்திலேயே
நின்று கொண்டிருப்பதை
வெகுநேரத்திற்குப் பிறகுதான் தெரிந்து கொண்டேன்
திரும்பி வருவேன் என்றோ
வரமாட்டேன் என்றோ சொல்லாமல் போய்விட்டாய்

கேட்கத் தவறிவிட்டேன்
அப்படியே இருக்கட்டுமே
அதனாலென்ன? எதுவும் மாறிவிடாது
நிச்சயம் தனிமையாய் இல்லை
எத்தனையோ பேர் சுற்றிலும் நகர்ந்தவண்ணமிருக்கின்றனர்

இடம்பெயர ஒரேயொரு சிறு முன்நகர்வு போதுமானது
பற்றிக் கொள்ள கரங்கள் இல்லாதிருந்தாலும்
எத்தனையோ முகங்கள் கடக்கின்றன
அதிலொன்றுக்கு என்முகம் பிடித்துவிடலாம்
இல்லையெனில் எனக்கொன்று நெருக்கமாகலாம்

கதிரொளியின் இதம் பின்மாலையாக
முன்னிருந்த நேரம் கரைந்துவிட்டது
இன்னும் பெருவனப்புடன் இரவு மினுங்கும்
மென்பனி படர்ந்திருக்கும் திறந்தவெளியிலிருந்து
கதவு நோக்கி நடக்காமல்

நின்றிருந்த இடத்தைவிட்டு
உச்சிநோக்கியபடியே நடக்கும்போது
தாரகைகளின் எண்ணிக்கையைக் காட்டிலும்
அதன் இளநீலத்தில் இழந்துவிடுகையில்
கேட்கும்நிலை தப்பியதும்
யாரும் எதுவும் சொல்லத் தேவையில்லை. ○

169

பெயரைச் சொல்ல வரும்போதெல்லாம்
புறாச் சிறகுகளின் படபடப்போசை
எழுவது இயல்பாகிவிட்டது

பெயரைக் கேட்க எத்தனிக்கும் தருணங்களில்
அதே புறா மேலே வட்டமிடுவது
வழக்கமாகிவிட்டது

முன்னே நீண்டு செல்லும்
ஒலியெழா நாவின் சாந்தம்
அடர்ந்து உறைய

அமரப் பொருந்தாத இடம்
சுற்றிலும் பரந்திருக்க
நிறைவேற்றத்தின் சுகமாய்
பரவும் மெய்வாசம். ○

170

கொஞ்சம் அமைதியடையும் தருவாயில்
நானே அதை குலைக்கவும் செய்கிறேன்
யாரும் அருகில் இருந்தற்கான
தடயம் இருக்கிறதா என்று பார்க்க வேண்டும்

எதையும் செய்வதற்கான நேரம் இதுவல்ல!
அப்படியெனில் என்ன செய்வது?
விழிகளை மூடினால் துயில் வாய்க்கிறதா?
இல்லையெனில் விழிகளைத் திறந்துவிடலாம்

இன்னும் அதிக ஒளியுமிழும் விளக்கின் அடியில்
நகர்ந்து என்னைக் கூடுதல்
துல்லியமாய்ப் பார்த்துக் கொள்ள
கைபேசியின் முன்புற கேமிராவில்
ஒரு செல்ஃபி எடுத்தபின்

யாருக்கு அனுப்புவது என்று யோசிக்கையில்
எனது கைபேசியின் சேமிப்பில் உள்ளவர்களில்
செல்ஃபி எடுக்காத ஒருவரைத் தேட.....
ஒருமுறை எனது செல்ஃபி
தோன்றி மறைகிறது. ○

❖ எஸ். சண்முகம்

171

தன்போக்கில் நடமிடுகிறாய் நீ
இசைப்பது நானல்ல
சுகந்தத்தில் நாசி திளைக்கையில்
'பிறை அங்கு பிரகாசிப்பதைப் பாரேன்!' என
இருவருக்கிடையில் குரலொன்று சொல்கிறது

நிலைமயக்கில் சுழலும் உள்ளங்கள்
விரல்களுக்கிடையில் பிணங்காமை
மேனியில் ஊற்றெடுத்துப் பெருகும் பேரவா
வண்ணங்களாகிக் குழையும் சொற்கள்

எல்லாவற்றிலும் ஊடாடி விடுபடும்
நாம்
இடையறாமல் நிகழ்ந்த வண்ணமாய்
நடனம்
இந்நேரத்திலும் தன்நிறம் மங்காத
பிறை. ○

172

இப்படியே எனக்கு முன்
எத்தனை தெருக்களை இருபுறமும் கடந்துபோவான்?
என்று பார்க்கத் தோன்றுகிறது
பின்பக்கமிருந்து பார்த்தால் தெரிந்தவர்களில்
இவன் யாராக இருக்கக்கூடும்?

முழங்காலைத் தாண்டும் அடர்பச்சை வண்ண ஜிப்பா
மைகருப்பு கால்சட்டை
கழுத்திற்கும் தோள்களுக்கும் நடுவில் வளைந்தாடும்
திருத்தமான சிகை
கால்களில் ஹவாய் செருப்பு
இவையெல்லாவற்றையும் விட
முன்பக்கம் வளைந்திருக்கும் யானைக்காது

அவனைத் தாண்டி வருபவருக்கு
கையை நெற்றிவரை உயர்த்திச் சொல்லும்
வணக்க வாசகம்
இவனுக்கென அமைந்த ஒலியளவு நகைப்பு
எனக்கு அவன் தான்
அவரில்லை

பெயர்தான் அகப்படாமல் சுற்றிவருகிறது
மிகவும் பிடித்தவனின் பெயரை
உரக்கச் சொல்லி அழைத்தாலென்ன?
திரும்பிப் பார்த்ததும் முகப்பொருத்தம் பார்க்கலாம்
இல்லையெனில் ஒரு மிகைஇயல்புடன்
மன்னிக்கவும் என்றால் போதுமே

ஒருவேளை
அவன் என்னைப் பெயர்சொல்லி 'நீதானா?' என்றால்
இந்த நாடியேற்றம் தணியுமல்லவா?
ஞாபகப்படுத்திய ஐந்து எழுத்தும்
'யானைக்காதா' என்று ஒலிக்க
நடைவிடுத்துத் திரும்பியவன்
'பாபு' என்றதும் ஆம் என்றேன்
இயற்பெயர் எதற்கு. ❍

172

தெரியாதது எதுவென்று யோசிக்கச் சொல்லும் குரல்
அங்கும் இங்குமாக மாறிச் செல்ல
தனியாக இன்றி
என்னுடன் நின்றிருக்கும் நீயும்
இடம்விட்டு இடம் பெயர்ந்துவிட்டாய்

மிக நுண்ணிதாய் உயிரிழைகள் ஊடுபாவுகின்றன
அதன்வழியே ஜீவித்தலுக்கான வடிவங்கள் தானாகவே
உருவாகி நிலைக்காமல் கரைய
தவறியதாய் எண்ணிவிட்ட நேரம்
கைக்கடிகாரத்துள்

எங்கும் பரவிச் செல்லாது
அருகிலேயே உருப்பெற்று நிற்கும் நாம்
இருஉளங்கள் ரோஜாவண்ணமடல்களாக
உடல்கள் விழைய

உறைந்திருந்த அசைவு மீள்வதில்
குறியாக இருப்பதை உணரும் வேளை
சம்பவிப்புத் தவறிவிடலாம்
எத்தனம் பொய்ப்பதில்லை! ○